UPPGÖTVAÐU BREIÐ OG TÆKNI HEFÐBUNDAR KÍNVERSKRAR MATARGERÐARLIST WOK

100 HEFÐBUNDNAR UPPSKRIFTIR FYRIR STEIKINGAR OG FLEIRA

Elías Bui

Allur réttur áskilinn.

Fyrirvari

Upplýsingunum sem er að finna í þessari rafbók er ætlað að þjóna sem alhliða safn aðferða sem höfundur þessarar rafbókar hefur rannsakað. Samantektir, aðferðir, ábendingar og brellur eru aðeins meðmæli frá höfundi og lestur þessarar rafbókar mun ekki tryggja að niðurstöður manns muni nákvæmlega endurspegla niðurstöður höfundar. Höfundur rafbókarinnar hefur lagt allt kapp á að veita lesendum rafbókarinnar núverandi og nákvæmar upplýsingar. Höfundur og félagar hans munu ekki bera ábyrgð á óviljandi villu eða vanrækslu sem kunna að finnast. Efnið í rafbókinni getur innihaldið upplýsingar frá þriðja aðila. Efni frá þriðja aðila samanstanda af skoðunum frá eigendum þeirra. Sem slíkur tekur höfundur rafbókarinnar ekki ábyrgð eða ábyrgð á efni eða skoðunum þriðja aðila. Hvort sem það er vegna framfara internetsins, eða ófyrirséðra breytinga á stefnu fyrirtækisins og leiðbeiningum um ritstjórn, getur það sem fram kemur sem staðreynd þegar þetta er skrifað orðið úrelt eða óviðeigandi síðar.

Rafbókin er höfundarrétt © 202 3 með öllum rétti áskilinn. Það er ólöglegt að endurdreifa, afrita eða búa til afleitt verk úr þessari rafbók í heild eða að hluta. Enga hluta þessarar skýrslu má afrita eða endursenda á nokkurn hátt afrita eða endursenda á nokkurn hátt án skriflegs og undirritaðs leyfis höfundar.

EFNISYFIRLIT

EFNISYFIRLIT 4

KYNNING 8

GRÆNMETI OG TOFU 11

    1. Hrærðar snjóbaunir 12
    2. Hrært spínat með hvítlauk og sojasósu 14
    3. Kryddað hrært Napa hvítkál 17
    4. Hrært salat með ostrusósu 20
    5. Hrærð spergilkál og bambussprotar 23
    6. Þurrsteiktar strengjabaunir 26
    7. Hrærð Bok Choy og sveppir 29
    8. Hrært grænmetisblandað 32
    9. Gleði Búdda 35
    10. Tofu í Hunan-stíl 38
    11. Ma Po Tofu 42
    12. Gufusoðið baunaost í einfaldri sósu 46
    13. Sesam Aspas 49
    14. Eggaldin og tófú í sjóðandi hvítlaukssósu 52
    15. Kínverskt spergilkál með ostrusósu 56

FISKUR OG SKALDIUR 59

    16. Salt og pipar rækjur 60
    17. Drukkin rækja 64
    18. Hrærðar rækjur að hætti Sjanghæ 68
    19. Walnut rækjur 72
    20. Flauelshærðar hörpuskel 76
    21. Hrærið með sjávarfangi og grænmeti með núðlum 80
    22. Heill gufusoðinn fiskur með engifer og lauk 84
    23. Hrærður fiskur með engifer og Bok Choy 88

24. Kræklingur í svartbaunasósu...91
25. Kókos karrý krabbi..94
26. Djúpsteiktur svartur pipar smokkfiskur.................................97
27. Djúpsteiktar ostrur með chili-hvítlaukskonfetti.....................100

AILFUR OG EGG 104

28. Kung Pao kjúklingur...105
29. Brokkolí kjúklingur...109
30. Tangerine Zest Kjúklingur..112
31. Cashew kjúklingur...117
32. Velvet kjúklingur og snjóbaunir...121
33. Kjúklingur og grænmeti með svörtu baunasósu..............125
34. Kjúklingur með grænum baunum.....................................129
35. Kjúklingur í sesamsósu..133
36. Súrsætur kjúklingur..137
37. Moo Goo Gai Pan...141
38. Egg Foo Yong...145
39. Tómat Egg Hrærið...148
40. Rækjur og eggjahræra..151
41. Bragðmikið gufusoðið eggjakrem.....................................155
42. Kínverskir steiktir kjúklingavængir til baka.....................158

NAUTAKJÖT, SVÍNAKJÖT OG LAMB 164

43. Steikt svínakjöt..165
44. Hrærið í tómötum og nautakjöti.......................................168
45. Nautakjöt og spergilkál..172
46. Svartur pipar nautakjöt hrært...176
47. Sesam nautakjöt...180
48. Mongólskt nautakjöt..184
49. Sichuan nautakjöt með sellerí og gulrótum....................188
50. Hoisin nautakjöt salatbollar..192
51. Steiktar svínakótilettur með lauk.....................................196
52. Fimm krydd svínakjöt með Bok Choy..............................200
53. Hoisin svínakjöt hrært..204

54. Tvíelduð svínakjöt...207
55. Mu Shu svínakjöt með pönnukökum.......................................211
56. Svínakjöt Spareribs með Black Bean sósu................................216
57. Hrært mongólskt lamb...219
58. Kúmenkryddað lamb..223
59. Lambakjöt með engifer og blaðlauk.......................................227
60. Taílenskt basil nautakjöt..231
61. Kínverskt BBQ svínakjöt..234
62. Gufusoðnar BBQ svínabollur...238
63. Kantónsk steikt svínakjöt...242

SÚPUR, HRÍSGRJÓN OG NÚÐLUR...**246**

    64. Kókos karrý núðlusúpa...247
    65. Krydduð nauta núðlusúpa..250
    66. Eggardropasúpa..253
    67. Einföld wonton súpa..255
    68. Eggardropasúpa..259
    69. Egg steikt hrísgrjón...262
    70. Klassísk svínasteikt hrísgrjón..266
    71. Drukknar núðlur..269
    72. Sichuan dan dan núðlur...273
    73. Heit-og-súr súpa...277
    74. Svínakjöt Congee..281
    75. Steikt hrísgrjón með rækjum, eggi og lauk...........................284
    76. Reykt silungssteikt hrísgrjón...288
    77. Spam Steikt hrísgrjón..291
    78. Gufusoðin hrísgrjón með Lap Cheung og Bok Choy................295
    79. Nautnúðlusúpa..299
    80. Hvítlauksnúðlur...303
    81. Singapore núðlur...306
    82. Glernúðlur með Napa hvítkáli..310
    83. Hakka núðlur..314
    84. Pad sjá við...318
    85. Kjúklingur Chow Mein..322

86. Nautakjöt Lo Mein	326
87. Dan Dan núðlur	330
88. Beef Chow Gaman	334

SÓSUR, SNÖL OG SNÆL..**338**

89. Svartbaunasósa	339
90. Scallion-Engifer olía	342
91. XO sósa	344
92. Steikt chili olía	348
93. Plómusósa	350
94. Hakka kryddpopp	353
95. Te-bleytt egg	356
96. Gufusoðnar kálbollur	360
97. Gufusoðin möndlusvampkaka	364
98. Sugar Egg Puffs	368
99. Chrysanthemum og Peach Tong Sui	372

NIÐURSTAÐA..**374**

KYNNING

Hvað er Wok?

Wok er skilgreint sem eldunaráhöld með kringlótt botni með háum hliðum, venjulega hannað með tveimur hliðarhandföngum eða einu stærra handfangi. Hringlaga botninn á wokinu gerir kleift að dreifa hita jafnari en pottur, sem þýðir að maturinn getur eldað á skemmri tíma. Háir veggir gera það að verkum að auðveldara er að henda matnum, eins og þegar eldað er hrærið, sem þýðir að hægt er að blanda hráefninu saman og elda jafnt í gegn.

Þessi matreiðslubók færir þér hundrað mismunandi kínverska wok-mat á einum stað. Þessi bók er hönnuð fyrir alla sem elska að borða kínverskan mat en þekkja ekki alla kínverska matreiðslutækni. Í þessari matreiðslubók muntu uppgötva nokkrar einfaldar og auðveldar leiðir til að elda hefðbundnar kínverskar máltíðir með því að nota ekta kínverskar sósur og krydd. Réttirnir eru flokkaðir eftir því hvaða máltíðir þessi matargerð býður upp á, svo þú munt finna úrval af dumplings ásamt uppskriftum að hrísgrjónum, núðlum, súpur, svínakjöti, nautakjöti, lambakjöti, alifugla, sjávarfangi, tofu og forréttum.

Vinsæl kínversk matreiðslutækni

Að læra um helstu kínverska matreiðslutækni er nauðsynlegt til að elda gæða kínverskan mat heima.

A. WOK ELDAÐA

Til að elda wok þarftu fyrst að forhita wokið og passa að þorna það alveg áður en þú bætir olíu við. Svo geturðu bætt olíu í wokið þitt í hringlaga hreyfingum til að hylja allan botninn á wokinu og þegar þú gerir það skaltu ganga úr skugga um að wokið sé bara heitt, ekki reykt. Nonstick wokar geta eyðilagst þegar þeir eru ofhitaðir.

B. HRÆÐIÐ

Kínversk hræristeiking fer fram við háan hita, þannig að ef það er hefðbundin eldavél heima, þá skaltu aðeins hræra þegar wokið eða pönnan þín er forhituð. Þegar eldunarpannan eða potturinn er forhitaður skaltu bæta við olíunni og öðru hráefni. Þegar þú bætir hráefnunum á pönnuna skaltu ganga úr skugga um að þau séu við stofuhita eða ekki köld. Kalt hráefni í kantónskri wok gerir matinn blautan eftir matreiðslu.

C. OLÍUFLÚLA TIL HÆRSTEIKAR

Þessi matreiðslutækni felur í sér að alifugla eða kjöt er steikt í stuttan tíma áður en það er hrært í heitri olíu í stuttan tíma þar til það er orðið létt brúnt. Þú munt líka finna marga rétti í þessari bók með sömu aðferð og notuð er fyrir nautakjöt, svínakjöt og alifugla. Kjötið er síðan tekið út og síðar bætt í réttinn. Fyrir besta bragðið er kjötið marinerað áður en það er flauel.

Grænmeti og TOFU

1. Hrærðar snjóbaunir

Hráefni

- 2 matskeiðar jurtaolía
- 2 skrældar ferskar engifersneiðar, hver um sig á stærð við fjórðung
- Kosher salt
- ¾ pund snjóbaunir eða sykurbaunir, strengir fjarlægðir

Leiðbeiningar :

a) Hitið wok við meðalháan hita þar til vatnsdropi síast og gufar upp við snertingu. Hellið olíunni út í og hrærið til að húða botninn á wokinu. Kryddið olíuna með því að bæta engifersneiðunum saman við og klípa af salti. Leyfðu engiferinu að malla í olíunni í um það bil 30 sekúndur, hrærðu varlega.

b) Bætið snjóbaununum út í og hrærið með wokspaða til að hjúpa með olíu. Hrærið í 2 til 3 mínútur, þar til skærgrænt og stökkt mjúkt.

c) Færið yfir á fat og fargið engiferinu. Berið fram heitt.

2. Hrært spínat með hvítlauk og sojasósu

Hráefni

- 1 msk ljós sojasósa
- 1 tsk sykur
- 2 matskeiðar jurtaolía
- 4 hvítlauksgeirar, þunnar sneiðar
- Kosher salt
- 8 aura forþvegið barnaspínat

Leiðbeiningar :

a) Í lítilli skál skaltu hræra saman ljósu soja og sykri þar til sykurinn er uppleystur og settur til hliðar.

b) Hitið wok við meðalháan hita þar til vatnsdropi síast og gufar upp við snertingu. Hellið olíunni út í og hrærið til að húða botninn á wokinu. Bætið hvítlauknum og klípu af salti út í og hrærið, hrærið þar til hvítlaukurinn er ilmandi, um það bil 10 sekúndur. Takið hvítlaukinn af pönnunni með skálinni og setjið til hliðar.

c) Bætið spínatinu út í kryddaðu olíuna og hrærið þar til grænmetið er bara visnað og skærgrænt. Bætið sykri og sojablöndunni saman við og blandið til að hjúpa. Setjið hvítlaukinn aftur í wokið og blandið honum saman við. Færið yfir í fat og berið fram.

3. Kryddað hrært Napa hvítkál

Hráefni

- 2 matskeiðar jurtaolía
- 3 eða 4 þurrkaðir chilipipar
- 2 skrældar ferskar engifersneiðar, hver um sig á stærð við fjórðung
- Kosher salt
- 2 hvítlauksrif, skorin í sneiðar
- 1 höfuð napa hvítkál, rifið niður
- 1 msk ljós sojasósa
- ½ matskeið svart edik
- Nýmalaður svartur pipar

Leiðbeiningar :

a) Hitið wok yfir meðalháan hita. Hellið olíunni út í og bætið chilies út í. Leyfðu chilies að malla í olíunni í 15 sekúndur. Bætið engifersneiðunum saman við og klípa af salti. Hrærið hvítlauknum út í og hrærið í stutta stund til að bragðbæta olíuna, um það bil 10 sekúndur. Ekki láta hvítlaukinn brúnast eða brenna.

b) Bætið kálinu út í og hrærið þar til það visnar og verður skærgrænt, um það bil 4 mínútur. Bætið ljósu sojanum og svörtu ediki út í og kryddið með smá salti og pipar. Kasta til húðunar í 20 til 30 sekúndur í viðbót.

c) Færið yfir á fat og fargið engiferinu. Berið fram heitt.

4. Hrært salat með ostrusósu

Hráefni

- 1½ matskeiðar jurtaolía
- 1 afhýdd fersk engifersneið, á stærð við fjórðung
- Kosher salt
- 2 hvítlauksgeirar, þunnar sneiðar
- 1 höfuð ísjaka salat, skolað og þurrkað, skorið í 1 tommu breiða bita
- 2 matskeiðar ostrusósa
- ½ tsk sesamolía, til skrauts

Leiðbeiningar :

a) Hitið wok við meðalháan hita þar til vatnsdropi síast og gufar upp við snertingu. Bætið jurtaolíunni út í og hrærið til að húða botninn á wokinu. Kryddið olíuna með því að bæta við engifersneiðinni og klípu af salti. Leyfðu engiferinu að malla í olíunni í um það bil 30 sekúndur, hrærðu varlega.

b) Bætið hvítlauknum út í og hrærið í stutta stund til að bragðbæta olíuna, um það bil 10 sekúndur. Ekki láta hvítlaukinn brúnast eða brenna. Bætið salatinu út í og hrærið þar til það byrjar að visna aðeins, 3 til 4 mínútur. Dreypið ostrusósunni yfir salatið og hrærið hratt til að hjúpa, aðrar 20 til 30 sekúndur.

5. Hrærð spergilkál og bambussprotar

Hráefni

- 2 matskeiðar jurtaolía
- 1 afhýdd fersk engifersneið, á stærð við fjórðung
- 4 bollar spergilkál
- 2 matskeiðar vatn
- 2 hvítlauksrif, söxuð
- 1 (8-eyri) dós sneiðar bambussprotar, skolaðar og tæmdar
- 1 msk ljós sojasósa
- 1 tsk sesamolía
- 2 tsk ristað sesamfræ

Leiðbeiningar :

a) Hitið wok yfir meðalháan hita. Hellið jurtaolíu út í og bætið engifersneiðinni og klípu af salti út í.

b) Bætið spergilkálinu út í og hrærið í 2 mínútur þar til það er ljósgrænt. Bætið vatninu við og setjið lok á pönnuna í 2 mínútur til að gufa spergilkálið.

c) Fjarlægðu lokið, bætið hvítlauknum út í og haltu áfram að hræra í 30 sekúndur. Hrærið bambussprotunum saman við og haltu áfram að hræra í 30 sekúndur til viðbótar.

d) Hrærið léttri soja- og sesamolíu saman við. Fjarlægðu engiferið og fargið. Berið fram á heitu fati og skreytið með sesamfræjum.

6. Þurrsteiktar strengjabaunir

Hráefni

- 1 msk ljós sojasósa
- 1 matskeið saxaður hvítlaukur
- 1 matskeið doubanjiang (kínverskt chili baunamauk)
- 2 tsk sykur
- 1 tsk sesamolía
- Kosher salt
- ½ bolli jurtaolía
- 1 pund grænar baunir, snyrtar, skornar í tvennt og þurrkaðar

Leiðbeiningar :

a) Í lítilli skál, hrærið saman létt soja, hvítlauk, baunamauk, sykur, sesamolíu og klípa af salti. Setja til hliðar.

b) Hitið jurtaolíuna í wok yfir miðlungs háan hita. Steikið baunirnar. Snúðu baununum varlega í olíunni þar til þær virðast hrukkóttar.

c) Þegar allar baunirnar hafa verið soðnar skaltu flytja olíuna sem eftir er varlega í hitaþolið ílát. Notaðu töng með nokkrum pappírsþurrkum til að þurrka og hreinsa út wokið.

d) Settu wokið aftur á háan hita og bætið við 1 matskeið af frátekinni steikingarolíunni. Bætið grænu baununum og chilisósunni út í, hrærið þar til sósan kemur upp og hjúpar grænu baunirnar. Færið baunirnar yfir á fat og berið fram heitar.

7. Hrærð Bok Choy og sveppir

Hráefni

- 3 matskeiðar jurtaolía
- 1 afhýdd fersk engifersneið, á stærð við fjórðung
- ½ pund ferskir shiitake sveppir
- 2 hvítlauksrif, söxuð
- 1½ pund baby bok choy, sneið þversum í 1 tommu bita
- 2 matskeiðar Shaoxing hrísgrjónavín
- 2 tsk ljós sojasósa
- 2 tsk sesamolía

Leiðbeiningar :

a) Hitið wok yfir meðalháan hita. Hellið jurtaolíu út í og hrærið til að húða botninn á wokinu. Bætið engifersneiðinni saman við og klípa af salti.

b) Bætið sveppunum út í og hrærið í 3 til 4 mínútur þar til þeir byrja að brúnast. Bætið hvítlauknum út í og hrærið þar til ilmandi, um 30 sekúndur lengur.

c) Bætið bok choy saman við og blandið með sveppunum. Bætið hrísgrjónavíni, ljósu soja og sesamolíu saman við. Eldið í 3 til 4 mínútur, blandið grænmetinu stöðugt þar til það er mjúkt.

d) Færið grænmetið yfir á disk, fargið engiferinu og berið fram heitt.

8. Hrært grænmetisblandað

Hráefni

- 3 matskeiðar jurtaolía
- 1 afhýdd fersk engifersneið, á stærð við fjórðung
- Kosher salt
- ½ hvítlaukur, skorinn í 1 tommu bita
- 1 stór gulrót, afhýdd og skorin á ská
- 2 sellerí rif, skorin á ská í ¼ tommu þykkar sneiðar
- 6 ferskir shiitake sveppir
- 1 rauð paprika, skorin í 1 tommu bita
- 1 lítil handfylli grænar baunir, snyrtar
- 2 hvítlauksgeirar, smátt saxaðir
- 2 laukar, þunnar sneiðar

Leiðbeiningar :

a) Hitið wok við meðalháan hita þar til vatnsdropi síast og gufar upp við snertingu. Hellið olíunni út í og hrærið til að húða botninn á wokinu. Kryddið olíuna með því að bæta við engifersneiðinni og klípu af salti. Látið malla í olíunni í um það bil 30 sekúndur, hrærið varlega.

b) Bætið lauknum, gulrótinni og selleríinu í wokið og hrærið, hreyfðu grænmetið hratt í wokinu með því að nota spaða. Þegar grænmetið byrjar að vera meyrt, um það bil 4 mínútur, bætið við sveppunum og haltu áfram að henda þeim í heita wokið.

c) Þegar sveppirnir eru mjúkir, bætið þá paprikunni út í og haltu áfram að hræra, um það bil 4 mínútur í viðbót. Þegar paprikan byrjar að mýkjast skaltu bæta við grænu baununum og hræra þar til þær eru mjúkar, um það bil 3 mínútur í viðbót. Bætið hvítlauknum út í og hrærið þar til ilmandi.

d) Færið yfir á fat, fargið engiferinu og skreytið með lauknum. Berið fram heitt.

9. Gleði Búdda

Hráefni

- Lítil handfylli (um ⅓ bolli) þurrkaðir viðareyrnasveppir
- 8 þurrkaðir shiitake sveppir
- 2 matskeiðar létt sojasósa
- 2 tsk sykur
- 1 tsk sesamolía
- 2 matskeiðar jurtaolía
- 2 skrældar ferskar engifersneiðar, hver um sig á stærð við fjórðung
- Kosher salt
- 1 delicata leiðsögn, helminguð, fræhreinsuð og skorin í hæfilega bita
- 2 matskeiðar Shaoxing hrísgrjónavín
- 1 bolli sykurbaunir, strengir fjarlægðir
- 1 (8 aura) dós kastaníuhnetur, skolaðar og tæmdar
- Nýmalaður svartur pipar

Leiðbeiningar :

a) Leggið báða þurrkuðu sveppina í bleyti í aðskildum skálum sem er bara þakið heitu vatni þar til þeir eru mjúkir, um það bil 20 mínútur. Tæmdu og fargaðu viðareyrnableytandi vökvanum. Tæmdu og geymdu ½ bolla af shiitake vökvanum. Bætið ljósu soja, sykri og sesamolíu út í sveppavökvann og hrærið til að leysa upp sykurinn. Setja til hliðar.

b) Hitið wok við meðalháan hita þar til vatnsdropi síast og gufar upp við snertingu. Hellið jurtaolíu út í og hrærið til að húða botninn á wokinu. Kryddið olíuna með því að bæta engifersneiðunum saman við og klípa af salti. Leyfðu engiferinu að malla í olíunni í um það bil 30 sekúndur, hrærðu varlega.

c) Bætið leiðsögninni út í og hrærið, blandið með krydduðu olíunni í um það bil 3 mínútur. Bætið bæði sveppunum og hrísgrjónavíninu út í og haltu áfram að hræra í 30 sekúndur. Bætið snjóbaununum og vatnskastaníunum út í, blandið til að hjúpa með olíu. Bætið við vökvanum í sveppakryddinu og lokið. Haltu áfram að elda, hrærið af og til, þar til grænmetið er aðeins mjúkt, um það bil 5 mínútur.

d) Takið lokið af og kryddið með salti og pipar eftir smekk. Fargið engiferinu og berið fram.

10. Tofu í Hunan-stíl

Hráefni

- 1 tsk maíssterkju
- 1 matskeið vatn
- 4 matskeiðar grænmetis- eða rapsolía, skipt
- Kosher salt
- 1 pund þétt tófú, tæmt og skorið í ½ tommu þykka ferninga, 2 tommu þvermál
- 3 matskeiðar gerjaðar svartar baunir, skolaðar og muldar
- 2 matskeiðar doubanjiang (kínverskt chili baunamauk)
- 1 tommu stykki ferskt engifer, skrælt og smátt saxað
- 3 hvítlauksgeirar, smátt saxaðir
- 1 stór rauð paprika, skorin í 1 tommu bita
- 4 laukar, skornir í 2 tommu hluta
- 1 matskeið Shaoxing hrísgrjónavín
- 1 tsk sykur

- ¼ bolli natríumsnautt kjúklinga- eða grænmetissoð

Leiðbeiningar :

a) Hrærið maíssterkju og vatni saman í lítilli skál og setjið til hliðar.

b) Hitið wok við meðalháan hita þar til vatnsdropi síast og gufar upp við snertingu. Hellið 2 matskeiðum af olíu út í og hrærið til að húða botninn og hliðar woksins. Bætið klípu af salti og raðið tofu sneiðunum í wokið í einu lagi. Steikið tófúið í 1 til 2 mínútur, hallaðu wokinu í kring til að renna olíunni undir tófúið þegar það brennur. Þegar fyrri hliðin er brún, með því að nota wokspaða, snúðu tófúinu varlega við og steikið í 1 til 2 mínútur í viðbót þar til það er gullbrúnt. Færið steikta tófúið yfir á disk og setjið til hliðar.

c) Lækkið hitann í miðlungs lágan. Bætið hinum 2 matskeiðum af olíu í wokið. Um leið og olían byrjar að reykja aðeins skaltu bæta svörtum baunum, baunamauki, engifer og hvítlauk út í. Hrærið í 20 sekúndur, eða þar til olían tekur á sig djúprauðan lit af baunamaukinu.

d) Bætið paprikunni og kálinu saman við og blandið Shaoxing-víninu og sykri saman við. Eldið í aðra mínútu, eða þar til vínið er næstum gufað upp og paprikan er mjúk.

e) Blandið steiktu tófúinu varlega saman við þar til allt hráefnið í wokinu hefur blandast saman. Haltu áfram að elda í 45 sekúndur í viðbót, eða þar til tófúið tekur á sig djúprauðan lit og laukurinn hefur visnað.

f) Dreypið kjúklingasoðinu yfir tófúblönduna og hrærið varlega til að gljáa wokið og leysa upp eitthvað af bitunum sem festast á wokinu. Hrærðu í maíssterkju-vatnsblöndunni og bættu í wokið. Hrærið varlega og látið malla í 2 mínútur, eða þar til sósan er orðin gljáandi og þykk. Berið fram heitt.

11.   Ma Po Tofu

Hráefni

- ½ pund svínakjöt
- 2 matskeiðar Shaoxing hrísgrjónavín
- 2 tsk ljós sojasósa
- 1 tsk afhýdd fínt hakkað ferskt engifer
- 2 tsk maíssterkju
- 1½ msk vatn
- 2 matskeiðar jurtaolía
- 1 msk Sichuan piparkorn, mulin
- 3 matskeiðar doubanjiang (kínverskt chili baunamauk)
- 4 laukar, þunnar sneiðar, skipt
- 1 tsk chili olía
- 1 tsk sykur
- ½ tsk kínverskt fimm kryddduft
- 1 pund miðlungs tofu, tæmt og skorið í ½ tommu teninga

- 1½ bolli natríumsnautt kjúklingasoð
- Kosher salt
- 1 msk grófsöxuð fersk kóríanderlauf, til skrauts

Leiðbeiningar :

a) Blandið svínakjöti, hrísgrjónavíni, ljósu soja og engifer saman í lítilli skál. Setja til hliðar. Blandið maíssterkjunni saman við vatnið í annarri lítilli skál. Setja til hliðar.

b) Hitið wok yfir meðalháan hita og hellið jurtaolíu út í. Bætið Sichuan piparkornunum út í og steikið varlega þar til þau byrja að malla þegar olían hitnar.

c) Bætið marineruðu svínakjötinu og baunamaukinu út í og hrærið í 4 til 5 mínútur þar til svínakjötið er brúnt og molnað. Bætið við helmingnum af rauðlauknum, chiliolíu, sykri og fimm krydddufti. Haldið áfram að hræra í 30 sekúndur í viðbót, eða þar til laukurinn visnar.

d) Dreifið tófú teningunum yfir svínakjötið og hellið soðinu út í. Ekki hræra; leyfðu tófúinu að elda og stífna aðeins fyrst. Lokið og látið malla í 15 mínútur við meðalhita. Afhjúpaðu og hrærðu varlega. Gætið þess að brjóta ekki tófú teningana of mikið upp.

e) Smakkið til og bætið við salti eða sykri, allt eftir því sem þú vilt. Viðbótarsykur getur róað kryddið ef það er of heitt. Hrærið aftur maíssterkjuna og vatnið og bætið við tofu. Hrærið varlega þar til sósan þykknar.

f) Skreytið með afganginum af lauknum og kóríander og berið fram heitt.

12. Gufusoðið baunaost í einfaldri sósu

Hráefni

- 1 pund miðlungs tofu
- 2 matskeiðar létt sojasósa
- 1 matskeið sesamolía
- 2 tsk svart edik
- 2 hvítlauksgeirar, smátt saxaðir
- 1 tsk afhýdd fínt hakkað ferskt engifer
- ½ tsk sykur
- 2 laukar, þunnar sneiðar
- 1 msk gróft skorin fersk kóríanderlauf

Leiðbeiningar :

a) Takið tófúið úr umbúðunum og passið að halda því ósnortnu. Settu það á stóran disk og sneið það varlega í 1- til 1½ tommu þykkar sneiðar. Setjið til hliðar í 5 mínútur. Að hvíla tófúið leyfir meira af mysu þess að renna út.

b) Skolaðu bambusgufukörfu og lok hennar undir köldu vatni og settu það í wokið. Hellið um það bil 2 tommu af köldu vatni í, eða þar til það kemur fyrir ofan neðri brún gufuskipsins um það bil ¼ til ½ tommu, en ekki svo hátt að vatnið snerti botn körfunnar.

c) Hellið allri auka mysu af tófúplötunni og setjið plötuna í bambusgufuvélina. Lokið og setjið wokið yfir meðalháan hita. Látið suðuna koma upp og látið tófúið gufa í 6 til 8 mínútur.

d) Á meðan tófúið er að gufa, í litlum potti, hrærið ljósu soja, sesamolíu, ediki, hvítlauk, engifer og sykri saman við lágan hita þar til sykurinn er uppleystur.

e) Hellið volgri sósunni yfir tófúið og skreytið með lauknum og kóríander.

13. Sesam Aspas

Hráefni

- 2 matskeiðar létt sojasósa
- 1 tsk sykur
- 1 matskeið jurtaolía
- 2 stór hvítlauksgeirar, gróft saxaðir
- 2 punda aspas, snyrtur og skorinn á skrá í 2 tommu langa bita
- Kosher salt
- 2 matskeiðar sesamolía
- 1 msk ristað sesamfræ

Leiðbeiningar :

a) Hrærið ljósu sojanum og sykrinum saman í lítilli skál þar til sykurinn leysist upp. Setja til hliðar.

b) Hitið wok við meðalháan hita þar til vatnsdropi síast og gufar upp við snertingu. Hellið jurtaolíu út í og hrærið til að húða botninn á wokinu. Bætið hvítlauknum út í og hrærið þar til ilmandi, um það bil 10 sekúndur.

c) Bætið aspasnum út í og hrærið. Bætið sojasósublöndunni út í og blandið til að hjúpa aspasinn, eldið í um það bil 1 mínútu í viðbót.

d) Dreypið sesamolíu yfir aspasinn og setjið yfir í framreiðsluskál. Skreytið með sesamfræjunum og berið fram heitt.

14. Eggaldin og tófú í sjóðandi hvítlaukssósu

Hráefni

- 6 bollar vatn auk 1 matskeið, skipt
- 1 matskeið kosher salt
- 3 langar kínverskar eggaldin (um ¾ pund), snyrt og sneið á ská í 1 tommu bita
- 1½ matskeiðar maíssterkju, skipt
- 1 msk ljós sojasósa
- 2 tsk sykur
- ½ tsk dökk sojasósa
- 3 matskeiðar jurtaolía, skipt
- 3 hvítlauksgeirar, saxaðir
- 1 tsk afhýtt hakkað ferskt engifer
- ½ pund þétt tófú, skorið í ½ tommu teninga

Leiðbeiningar :

a) Í stórri skál skaltu sameina 6 bolla af vatni og salti. Hrærið stuttlega til að leysa upp saltið og bætið eggaldinbitunum saman við. Settu stórt pottlok ofan á til að halda eggaldininu á kafi í vatni og látið standa í 15 mínútur. Tæmið eggaldinið og þurrkið með pappírsþurrku. Kasta eggaldininu í skál með dufti af maíssterkju, um 1 matskeið.

b) Í lítilli skál, hrærið ½ msk maíssterkju sem eftir er saman við 1 msk sem eftir er af vatni, ljósu soja, sykri og dökku soja. Setja til hliðar.

c) Hitið wok við meðalháan hita þar til vatnsdropi síast og gufar upp við snertingu. Hellið 2 matskeiðum af olíu út í og hrærið til að hjúpa botninn á wokinu og upp á hliðarnar. Raðið eggaldininu í eitt lag í wokinu.

d) Steikið eggaldinið á hvorri hlið, um það bil 4 mínútur á hlið. Eggaldinið á að vera örlítið kulnað og gullbrúnt. Lækkið hitann í miðlungs ef wokið byrjar að reykja. Færðu eggaldinið í skál og settu wokinn aftur á hita.

e) Bætið 1 matskeiðinni sem eftir er af olíu út í og hrærið hvítlaukinn og engiferið þar til þau eru ilmandi og snarkandi, um það bil 10 sekúndur. Bætið tófúinu út í og hrærið í 2 mínútur í viðbót, setjið síðan eggaldinið aftur í wokið. Hrærið aftur sósuna og hellið í wokið, blandið öllu hráefninu saman þar til sósan þykknar í dökkt, gljáandi þykkt.

f) Færið eggaldinið og tófúið yfir á fat og berið fram heitt.

15. Kínverskt spergilkál með ostrusósu

Hráefni

- ¼ bolli ostrusósa
- 2 tsk ljós sojasósa
- 1 tsk sesamolía
- 2 matskeiðar jurtaolía
- 4 skrældar ferskar engifersneiðar, hver um sig á stærð við fjórðung
- 4 hvítlauksrif, afhýdd
- Kosher salt
- 2 knippi kínverskt spergilkál eða spergilkál, harðir endar snyrtir
- 2 matskeiðar vatn

Leiðbeiningar :

a) Í lítilli skál, hrærið saman ostrusósu, ljósu soja og sesamolíu og setjið til hliðar.

b) Hitið wok við meðalháan hita þar til vatnsdropi síast og gufar upp við snertingu. Hellið jurtaolíu út í og hrærið til að húða botninn á wokinu. Bætið engiferinu, hvítlauknum og smá salti saman við. Leyfðu arómatunum að malla í olíunni og hringdu varlega í um það bil 10 sekúndur.

c) Bætið spergilkálinu út í og hrærið, hrærið þar til það er húðað með olíu og skærgrænt. Bætið vatninu út í og látið gufusjóða spergilkálið í um það bil 3 mínútur, eða þar til auðvelt er að stinga stilkana með hníf. Fjarlægðu engiferið og hvítlaukinn og fargið.

d) Hrærið sósunni saman við og hrærið þar til hún er orðin heit. Færið yfir á framreiðsludisk.

FISKUR OG SKALDIUR

16.   Salt og pipar rækjur

Hráefni :

- 1 matskeið kosher salt
- 1½ tsk Sichuan piparkorn
- 1½ pund stór rækja (U31-35), afhýdd og afveguð, skott eftir á
- ½ bolli jurtaolía
- 1 bolli maíssterkju
- 4 laukar, skornir á ská
- 1 jalapeño pipar, helmingaður og fræhreinsaður, skorinn í þunnar sneiðar
- 6 hvítlauksgeirar, þunnar sneiðar

Leiðbeiningar :

a) Ristið saltið og piparkornin á lítilli suðupönnu eða pönnu við meðalhita þar til það er arómatískt, hristið og hrærið oft til að forðast að brenna. Færið í skál til að kólna alveg. Malið salt og pipar saman í kryddkvörn eða með mortéli. Færið í skál og setjið til hliðar.

b) Þurrkaðu rækjurnar með pappírshandklæði.

c) Hitið olíuna í wok yfir miðlungsháan hita í 375°F, eða þar til hún bólar og síast í kringum endann á tréskeið.

d) Setjið maíssterkjuna í stóra skál. Rétt áður en þú ert tilbúinn til að steikja rækjuna skaltu henda helmingi rækjunnar til að hjúpa maíssterkjuna og hrista umfram maíssterkju af.

e) Steikið rækjurnar í 1 til 2 mínútur þar til þær verða bleikar. Notaðu wok skimmer, flyttu steiktu rækjurnar á grind sett yfir bökunarplötu til að tæma. Endurtaktu ferlið með afganginum af rækjunni til að henda í maíssterkju, steikja og flytja á grindina til að tæma.

f) Þegar allar rækjurnar hafa verið soðnar skaltu fjarlægja allar nema 2 matskeiðar af olíunni varlega og setja wokið aftur á miðlungshita. Bætið lauknum, jalapeño og hvítlauk út í og hrærið þar til laukurinn og jalapenóið verður skærgrænt og hvítlaukurinn er arómatískur. Setjið rækjuna aftur í wokið, kryddið eftir smekk með salt- og piparblöndunni (þú gætir ekki notað hana alla) og blandaðu til að hjúpa. Færið rækjurnar yfir á fat og berið fram heita.

17.   Drukkin rækja

ÞJÓNAR 4

Hráefni :

- 2 bollar Shaoxing hrísgrjónavín
- 4 skrældar ferskar engifersneiðar, hver um sig á stærð við fjórðung
- 2 matskeiðar þurrkuð goji ber (valfrjálst)
- 2 tsk sykur
- 1 punda júmbó rækja (U21-25), afhýdd og afveguð, skott eftir á
- 2 matskeiðar jurtaolía
- Kosher salt
- 2 tsk maíssterkju

Leiðbeiningar :

a) Hrærið saman hrísgrjónavíni, engifer, goji berjum (ef það er notað) og sykri í breiðri blöndunarskál þar til sykurinn er uppleystur. Bætið rækjunni út í og hyljið. Marinerið í ísskáp í 20 til 30 mínútur.

b) Hellið rækjunni og marineringunni í sigti sett yfir skál. Geymið ½ bolla af marineringunni og fargið restinni.

c) Hitið wok við meðalháan hita þar til vatnsdropi síast og gufar upp við snertingu. Hellið olíunni út í og hrærið til að húða botninn á wokinu. Kryddið olíuna með því að bæta við smá klípu af salti og hrærið varlega.

d) Bætið rækjunni út í og hrærið kröftuglega, bætið við klípu af salti um leið og þið snúið rækjunni við í wokinu. Haltu áfram að hreyfa rækjurnar í um það bil 3 mínútur, þar til þær verða bara bleikar.

e) Hrærið maíssterkjuna í fráteknu marineringunni og hellið því yfir rækjurnar. Kasta rækjunni og húðaðu með marineringunni. Það mun þykkna í gljáandi sósu þegar það byrjar að sjóða, um það bil 5 mínútur í viðbót.

f) Flyttu rækjurnar og goji-berin yfir á fat, fargið engiferinu og berið fram heitt.

18.   Hrærðar rækjur að hætti Sjanghæ

Hráefni :

- 1 pund meðalstór rækja (U31-40), afhýdd og afveguð, skott eftir á
- 2 matskeiðar jurtaolía
- Kosher salt
- 2 tsk Shaoxing hrísgrjónavín
- 2 laukar, fínt skornir

Leiðbeiningar :

a) Notaðu beittar eldhússkæri eða skurðhníf til að skera rækjuna í tvennt eftir endilöngu, haltu halahlutanum ósnortnum. Þar sem rækjan er hrærðsteikt mun það að skera hana þannig gefa meira yfirborð og skapa einstaka lögun og áferð!

b) Þurrkaðu rækjurnar með pappírsþurrku og haltu þurrum. Því þurrari sem rækjan er, því bragðmeiri er rétturinn. Þú getur geymt rækjurnar í kæli, rúllaðar upp í pappírshandklæði, í allt að 2 klukkustundir áður en þær eru eldaðar.

c) Hitið wok við meðalháan hita þar til vatnsdropi síast og gufar upp við snertingu. Hellið olíunni út í og hrærið til að húða botninn á wokinu. Kryddið olíuna með því að bæta við smá klípu af salti og hrærið varlega.

d) Bætið rækjunum í einu í heita wokið. Kasta og snúðu hratt í 2 til 3 mínútur, þar til rækjan byrjar að verða bleik. Kryddið með annarri smá klípu af salti og bætið hrísgrjónavíninu út í. Látið vínið sjóða af á meðan þið haldið áfram að hræra, um það bil 2 mínútur í viðbót. Rækjan ætti að skilja sig og krulla, enn fest við skottið.

e) Færið yfir á disk og skreytið með lauknum. Berið fram heitt.

19.   Walnut rækjur

Hráefni :

- Nonstick jurtaolíuúða
- 1 punda júmbó rækja (U21-25), afhýdd
- 25 til 30 valhnetu helminga
- 3 bollar jurtaolía, til steikingar
- 2 matskeiðar sykur
- 2 matskeiðar vatn
- $\frac{1}{4}$ bolli majónesi
- 3 matskeiðar sætt þétt mjólk
- $\frac{1}{4}$ tsk hrísgrjónaedik
- Kosher salt
- ⅓ bolli maíssterkju

Leiðbeiningar :

a) Klæðið bökunarplötu með bökunarpappír og úðið létt með eldunarspreyi. Setja til hliðar.

b) Fiðraðu rækjuna með því að halda henni á skurðbretti með bogaðri hlið niður. Byrjaðu á höfuðsvæðinu, stingdu oddinum á skurðhnífnum þremur fjórðu af leiðinni í rækjuna. Gerðu sneið niður miðjuna á bakinu á rækjunni að skottinu. Ekki skera alla leið í gegnum rækjuna og ekki skera inn í halasvæðið. Opnaðu rækjuna eins og bók og dreifðu henni flatt. Þurrkaðu burt æð (meltingarveg rækjunnar) ef hún er sýnileg og skolaðu rækjuna undir köldu vatni og þurrkaðu síðan með pappírshandklæði. Setja til hliðar.

c) Hitið olíuna í wok yfir miðlungsháan hita í 375°F, eða þar til hún bólar og síast í kringum endann á tréskeið. Steikið valhneturnar þar til þær eru gullinbrúnar, 3 til 4 mínútur, og flytjið valhneturnar yfir á pappírsklædda disk með því að nota wok-skinn. Leggið til hliðar og slökkvið á hitanum.

d) Hrærið sykurinn og vatnið saman í litlum potti og látið suðuna koma upp við meðalháan hita, hrærið af og til þar til sykurinn leysist upp. Lækkið hitann í miðlungs og látið malla til að draga úr sírópinu í 5 mínútur, eða þar til sírópið er þykkt og gljáandi. Bætið valhnetunum út í og blandið saman til að hjúpa þær alveg með sírópinu. Færðu hneturnar yfir á tilbúna bökunarplötuna og settu til hliðar til að kólna. Sykurinn á að harðna í kringum hneturnar og mynda sykurhúð.

e) Í lítilli skál, hrærið saman majónesi, þétta mjólk, hrísgrjónaediki og klípa af salti. Setja til hliðar.

f) Komdu wok olíunni aftur í 375 ° F yfir miðlungs háum hita. Þegar olían er að hitna skaltu krydda rækjuna létt með klípu af salti. Í blöndunarskál skaltu kasta rækjunni með maíssterkjunni þar til hún er vel húðuð. Vinnið í litlum skömmtum, hristið umfram maíssterkju af rækjunum og steikið í olíunni, flytjið þær hratt í olíuna svo þær festist ekki saman. Steikið rækjurnar í 2 til 3 mínútur þar til þær eru gullinbrúnar.

g) Færið yfir í hreina hrærivélarskál og dreypið sósunni yfir. Brjótið varlega saman þar til rækjurnar eru jafnhúðaðar. Raðið rækjunum á fat og skreytið með kandísuðum valhnetum. Berið fram heitt.

20.   Flauelshærðar hörpuskel

Hráefni :

- 1 stór eggjahvíta
- 2 matskeiðar maíssterkju
- 2 matskeiðar Shaoxing hrísgrjónavín, skipt
- 1 tsk kosher salt, skipt
- 1 kílóa ferskur hörpuskel, skolaður, vöðvi fjarlægður og þurrkaður
- 3 matskeiðar jurtaolía, skipt
- 1 msk ljós sojasósa
- $\frac{1}{4}$ bolli nýkreistur appelsínusafi
- Rifinn börkur af 1 appelsínu
- Rauð piparflögur (valfrjálst)
- 2 laukar, aðeins grænir hlutir, þunnar sneiðar, til skrauts

Leiðbeiningar :

a) Blandið saman eggjahvítu, maíssterkju, 1 matskeið af hrísgrjónavíni og ½ teskeið af salti í stórri skál og hrærið með litlum þeytara þar til maíssterkjan leysist alveg upp og er ekki lengur kekkja. Hellið hörpuskelinni út í og kælið í 30 mínútur.

b) Takið hörpuskelina úr ísskápnum. Látið suðu koma upp í meðalstóran pott af vatni. Bætið 1 matskeið af jurtaolíu út í og látið sjóða niður. Bætið hörpuskelinni við sjóðandi vatnið og eldið í 15 til 20 sekúndur, hrærið stöðugt í þar til hörpuskelin verða bara ógagnsæ (hörpuskelin verða ekki alveg soðin í gegn). Notaðu wok skúffu, flyttu hörpuskelina yfir á bökunarpappírsklædda ofnplötu og þurrkaðu með pappírshandklæði.

c) Blandaðu saman 1 matskeið af hrísgrjónavíni, ljósu soja, appelsínusafa, appelsínuberk og klípu af rauðum piparflögum (ef þú notar) í mæliglasi og settu til hliðar.

d) Hitið wok við meðalháan hita þar til vatnsdropi síast og gufar upp við snertingu. Hellið hinum 2 matskeiðum af olíu út í og hrærið til að húða botninn á wokinu. Kryddið olíuna með því að bæta við ½ tsk salti sem eftir er.

e) Bætið velveted hörpuskel í wokið og hrærið í sósunni. Hrærið hörpuskelina þar til þær eru rétt soðnar í gegn, um það bil 1 mínútu. Færið yfir í framreiðslu fat og skreytið með lauknum.

21. Hrærið með sjávarfangi og grænmeti með núðlum

Hráefni :

- 1 bolli jurtaolía, skipt
- 3 skrældar ferskar engifersneiðar
- Kosher salt
- 1 rauð paprika, skorin í 1 tommu bita
- 1 lítill hvítur laukur, skorinn í þunnar, langar lóðréttar ræmur
- 1 stór handfylli snjóbauna, strengir fjarlægðir
- 2 stór hvítlauksrif, smátt söxuð
- ½ pund rækjur eða fiskur, skornar í 1 tommu bita
- 1 matskeið Svartbaunasósa
- ½ pund þurrkaðar vermicelli hrísgrjónanúðlur eða baunaþráðarnúðlur

Leiðbeiningar :

a) Hitið wok við meðalháan hita þar til vatnsdropi síast og gufar upp við snertingu. Hellið 2 matskeiðum af olíu út í og hrærið til að húða botninn á wokinu. Kryddið olíuna með því að bæta við engifersneiðunum og smá klípu af salti. Leyfðu engiferinu að malla í olíunni í um það bil 30 sekúndur, hrærðu varlega.

b) Bætið paprikunni og lauknum út í og hrærið fljótt með því að henda og fletta þeim í wokinu með wokspaða.

c) Kryddið létt með salti og haltu áfram að hræra í 4 til 6 mínútur þar til laukurinn er mjúkur og hálfgagnsær. Bætið snjóbaununum og hvítlauknum saman við, hrærið og snúið við þar til hvítlaukurinn er ilmandi, um það bil eina mínútu í viðbót. Færið grænmetið yfir á disk.

d) Hitið aðra 1 matskeið af olíu og bætið rækjunum eða fiskinum út í. Hrærið varlega og kryddið létt með smá klípu af salti. Hrærið í 3 til 4 mínútur, eða þar til rækjurnar verða bleikar eða fiskurinn byrjar að flagna. Setjið grænmetið aftur og blandið öllu saman í 1 mínútu í viðbót. Fleygðu engiferinu og færðu rækjurnar á fat. Tjald með filmu til að halda hita.

e) Þurrkaðu af wokinu og farðu aftur á meðalháan hita. Hellið olíunni sem eftir er (um ¾ bolli) út í og hitið í 375°F, eða þar til það bólar og síast í kringum endann á tréskeiðinni. Um leið og olían hefur náð hita, bætið þurrkuðu núðlunum út í. Þeir munu strax byrja að blása og rísa upp úr olíunni. Notaðu töng, snúðu núðluskýinu við ef þú þarft að steikja toppinn og lyftu varlega úr olíunni og færðu yfir á pappírsklædda disk til að renna af og kólna.

f) Brjótið núðlurnar varlega í smærri bita og dreifið yfir steikta grænmetið og rækjurnar. Berið fram strax.

22. Heill gufusoðinn fiskur með engifer og lauk

Hráefni :

Fyrir fiskinn

- 1 heill hvítur fiskur, um 2 pund, á hausinn og hreinsaður
- ½ bolli kosher salt, til að þrífa
- 3 laukar, skornir í 3 tommu bita
- 4 skrældar ferskar engifersneiðar, hver um sig á stærð við fjórðung
- 2 matskeiðar Shaoxing hrísgrjónavín

Fyrir sósuna

- 2 matskeiðar létt sojasósa
- 1 matskeið sesamolía
- 2 tsk sykur

Fyrir snarkandi engiferolíu

- 3 matskeiðar jurtaolía
- 2 matskeiðar skrældar ferskt engifer fínt skorið í þunnar strimla

- 2 laukar, þunnar sneiðar
- Rauðlaukur, þunnt sneiddur (má sleppa)
- Cilantro (valfrjálst)

Leiðbeiningar :

a) Nuddaðu fiskinn að innan og utan með kosher salti. Skolaðu fiskinn og þurrkaðu hann með pappírsþurrku.

b) Á disk sem er nógu stór til að passa í bambusgufukörfu, búðu til rúm með því að nota helminginn af hverjum káli og engifer. Leggið fiskinn ofan á og setjið afganginn af lauknum og engiferinu inn í fiskinn. Hellið hrísgrjónavíninu yfir fiskinn.

c) Skolaðu bambusgufukörfu og lok hennar undir köldu vatni og settu það í wokið. Hellið um það bil 2 tommu af köldu vatni í, eða þar til það kemur fyrir ofan neðri brún gufuskipsins um það bil $\frac{1}{4}$ til $\frac{1}{2}$ tommu, en ekki svo hátt að vatnið snerti botn körfunnar. Hitið vatnið að suðu.

d) Settu plötuna í gufukörfuna og loku. Gufusoðið fiskinn við meðalhita í 15 mínútur (bætið við 2 mínútum fyrir hvert hálft pund í viðbót). Áður en hann er tekinn úr wokinu skaltu pota í fiskinn með gaffli nálægt hausnum. Ef holdið flagnar er það tilbúið. Ef holdið loðir enn saman, látið gufa í 2 mínútur í viðbót.

e) Á meðan fiskurinn er að gufa, hitið ljós soja, sesamolíu og sykur á lítilli pönnu við lágan hita og setjið til hliðar.

f) Þegar fiskurinn er eldaður er hann settur á hreint fat. Fleygðu eldunarvökvanum og ilmefnum af gufuplötunni. Hellið volgri sojasósublöndunni yfir fiskinn. Tjaldið með filmu til að halda því heitu á meðan þú undirbýr olíuna.

23.   Hrærður fiskur með engifer og Bok Choy

Hráefni :

- 1 stór eggjahvíta
- 1 matskeið Shaoxing hrísgrjónavín
- 2 tsk maíssterkju
- 1 tsk sesamolía
- ½ tsk ljós sojasósa
- 1 punds beinlaus fiskflök, skorin í 2 tommu bita
- 4 matskeiðar jurtaolía, skipt
- Kosher salt
- 4 skrældar ferskar engifersneiðar, á stærð við fjórðung
- 3 höfuð baby bok choy, skorin í hæfilega stóra bita
- 1 hvítlauksgeiri, saxaður

Leiðbeiningar :

a) Blandið saman eggjahvítu, hrísgrjónavíni, maíssterkju, sesamolíu og létt soja í meðalstórri skál. Bætið fiskinum við marineringuna og hrærið til að hjúpa. Marinerið í 10 mínútur.

b) Hitið wok við meðalháan hita þar til vatnsdropi síast og gufar upp við snertingu. Hellið 2 matskeiðum af jurtaolíu út í og hrærið til að húða botninn á wokinu. Kryddið olíuna með því að bæta við smá klípu af salti og hrærið varlega.

c) Taktu fiskinn úr marineringunni með skálinni og steiktu í wok í um það bil 2 mínútur á hvorri hlið, þar til hann er ljósbrúnn á báðum hliðum. Færið fiskinn yfir á disk og setjið til hliðar.

d) Bætið hinum 2 matskeiðum af jurtaolíu í wokið. Bætið annarri klípu af salti og engiferinu út í og kryddið olíuna, hrærið varlega í 30 sekúndur. Bætið bok choy og hvítlauk út í og hrærið í 3 til 4 mínútur, hrærið stöðugt, þar til bok choyið er mjúkt.

e) Setjið fiskinn aftur í wokið og blandið varlega saman við bok choy þar til hann hefur blandast saman. Kryddið létt með annarri klípu af salti. Færið á fat, fargið engiferinu og berið fram strax.

24. Kræklingur í svartbaunasósu

Hráefni :

- 3 matskeiðar jurtaolía
- 2 skrældar ferskar engifersneiðar, hver um sig á stærð við fjórðung
- Kosher salt
- 2 laukar, skornir í 2 tommu langa bita
- 4 stór hvítlauksgeirar, þunnar sneiðar
- 2 pund lifandi PEI kræklingur, skrúbbaður og skeggur
- 2 matskeiðar Shaoxing hrísgrjónavín
- 2 matskeiðar svartbaunasósa eða svartbaunasósa sem er keypt í verslun
- 2 tsk sesamolía
- ½ búnt ferskt kóríander, gróft saxað

Leiðbeiningar :

a) Hitið wok við meðalháan hita þar til vatnsdropi síast og gufar upp við snertingu. Hellið jurtaolíu út í og hrærið til að húða botninn á wokinu. Kryddið olíuna með því að bæta við engifersneiðunum og smá klípu af salti. Leyfðu engiferinu að malla í olíunni í um það bil 30 sekúndur, hrærðu varlega.

b) Hrærið rauðlauknum og hvítlauknum út í og hrærið í 10 sekúndur, eða þar til laukurinn er visnaður.

c) Bætið kræklingnum út í og blandið saman við olíuna. Hellið hrísgrjónavíninu niður á hliðar woksins og hrærið í stutta stund. Lokið og látið gufa í 6 til 8 mínútur þar til kræklingurinn er opnaður.

d) Afhjúpaðu og bætið svörtu baunasósunni út í, hrærið til að húða kræklinginn. Lokið og látið gufa í aðrar 2 mínútur. Afhjúpaðu og taktu í gegn, fjarlægðu krækling sem hefur ekki opnast.

e) Dreypið kræklingnum með sesamolíu. Hrærið í stutta stund þar til sesamolían er ilmandi. Fargið engiferinu, flytjið kræklinginn á fat og skreytið með kóríander.

25.   Kókos karrý krabbi

Hráefni :

- 2 matskeiðar jurtaolía
- 2 skrældar sneiðar ferskt engifer, á stærð við fjórðung
- Kosher salt
- 1 skalottlaukur, þunnt sneið
- 1 matskeið karrýduft
- 1 (13,5 aura) dós kókosmjólk
- ¼ tsk sykur
- 1 matskeið Shaoxing hrísgrjónavín
- 1 pund niðursoðið krabbakjöt, tæmt og tínt í gegn til að fjarlægja skelbita
- Nýmalaður svartur pipar
- ¼ bolli hakkað ferskt kóríander eða flatblaða steinselja, til skrauts
- Soðin hrísgrjón, til framreiðslu

Leiðbeiningar :

a) Hitið wok við meðalháan hita þar til vatnsdropi síast og gufar upp við snertingu. Hellið olíunni út í og hrærið til að húða botninn á wokinu. Kryddið olíuna með því að bæta engifersneiðunum saman við og klípa af salti. Leyfðu engiferinu að malla í olíunni í um það bil 30 sekúndur, hrærðu varlega.

b) Bætið skalottlaukanum út í og hrærið í um það bil 10 sekúndur. Bætið karrýduftinu út í og hrærið þar til það er ilmandi í 10 sekúndur í viðbót.

c) Hrærið kókosmjólkinni, sykri og hrísgrjónavíni út í, hyljið wokið og eldið í 5 mínútur.

d) Hrærið krabbanum út í, hyljið með loki og eldið þar til hann er hitinn í gegn, um það bil 5 mínútur. Takið lokið af, stillið kryddið með salti og pipar og fargið engiferinu. Hellið ofan á skál af hrísgrjónum og skreytið með söxuðum kóríander.

26.	Djúpsteiktur svartur pipar smokkfiskur

Hráefni :

- 3 bollar jurtaolía
- 1 punda smokkfiskrör og tentacles, hreinsuð og rör skorin í ⅓ tommu hringi
- ½ bolli hrísgrjónamjöl
- Kosher salt
- ¼ tsk nýmalaður svartur pipar
- ¾ bolli freyðivatn, haldið ískalt
- 2 matskeiðar gróft saxað ferskt kóríander

Leiðbeiningar :

a) Hellið olíunni í wokið; olían ætti að vera um 1 til $1\frac{1}{2}$ tommur djúp. Komdu olíunni í 375 ° F yfir miðlungs háum hita. Þú getur séð að olían er við rétt hitastig þegar olían bólar og síast í kringum enda tréskeiðar þegar henni er dýft í. Þurrkaðu smokkfiskinn með pappírshandklæði.

b) Á meðan, í grunnri skál, hrærið hrísgrjónamjölinu með smá salti og pipar. Hrærið aðeins nægu freyðivatni út í til að mynda þunnt deig. Brjótið smokkfiskinn saman við og vinnið í lotum, lyftið smokkfiskinum upp úr deiginu með því að nota wok-skinn eða skeiðskeið og hristið umfram allt af. Látið varlega ofan í heita olíuna.

c) Eldið smokkfiskinn í um það bil 3 mínútur, þar til hann er gullinbrúnn og stökkur. Notaðu wok-skinn til að fjarlægja calamari úr olíunni og færðu yfir á pappírsklædda disk og kryddaðu létt með salti. Endurtaktu með smokkfiskinum sem eftir er.

d) Færið smokkfiskinn á fat og skreytið með kóríander. Berið fram heitt.

27. Djúpsteiktar ostrur með chili-hvítlaukskonfetti

Hráefni :

- 1 (16 únsur) ílát lítil shucked ostrur
- ½ bolli hrísgrjónamjöl
- ½ bolli alhliða hveiti, skipt
- ½ tsk lyftiduft
- Kosher salt
- Malaður hvítur pipar
- ¼ tsk laukduft
- ¾ bolli freyðivatn, kælt
- 1 tsk sesamolía
- 3 bollar jurtaolía
- 3 stór hvítlauksgeirar, þunnar sneiðar
- 1 lítið rautt chili, smátt skorið
- 1 lítill grænn chili, smátt skorinn
- 1 rauðlaukur, þunnar sneiðar

Leiðbeiningar :

a) Hrærið saman hrísgrjónamjölinu, ¼ bolla af alhliða hveiti, lyftidufti, smá salti og hvítum pipar og laukdufti í blöndunarskál. Bætið freyðivatninu og sesamolíu saman við, blandið þar til það er slétt og setjið til hliðar.

b) Í wok, hitaðu jurtaolíuna yfir miðlungs háan hita í 375 ° F, eða þar til hún kúla og síast í kringum endann á tréskeið.

c) Þurrkaðu ostrurnar með pappírshandklæði og dýptu í ¼ bolla sem eftir er af alhliða hveiti. Dýfið ostrunum einni í einu í hrísgrjónamjölsdeigið og lækkið varlega í heitu olíuna.

d) Steikið ostrurnar í 3 til 4 mínútur, eða þar til þær eru gullinbrúnar. Flyttu yfir á vírkælingu sem sett er yfir bökunarplötu til að tæma. Stráið létt salti yfir.

e) Settu olíuhitastigið aftur í 375°F og steiktu hvítlaukinn og chili í stutta stund þar til þau eru stökk en samt skærlituð, um það bil 45 sekúndur. Lyftið upp úr olíunni með vírskúmmu og setjið á pappírsklædda disk.

f) Raðið ostrunum á fat og stráið hvítlauk og chili yfir. Skreytið með sneiðum lauknum og berið fram strax.

AILFUR OG EGG

28.   Kung Pao kjúklingur

Hráefni :

- 3 tsk létt sojasósa
- 2½ tsk maíssterkja
- 2 tsk kínverskt svart edik
- 1 tsk Shaoxing hrísgrjónavín
- 1 tsk sesamolía
- ¾ pund beinlaust, roðlaust, kjúklingalæri, skorið í 1 tommu
- 2 matskeiðar jurtaolía
- 6 til 8 heilir þurrkaðir rauðir chili
- 3 rauðlaukur, hvítir og grænir hlutar aðskildir, þunnar sneiðar
- 2 hvítlauksrif, söxuð
- 1 tsk afhýtt hakkað ferskt engifer
- ¼ bolli ósaltaðar þurrristaðar jarðhnetur

Leiðbeiningar :

a) Í meðalstórri skál skaltu hræra saman ljósu soja, maíssterkju, svörtu ediki, hrísgrjónavíni og sesamolíu þar til maíssterkjan er uppleyst. Bætið kjúklingnum út í og hrærið varlega til að hjúpa. Marineraðu í 10 til 15 mínútur, eða nægan tíma til að undirbúa restina af hráefninu.

b) Hitið wok við meðalháan hita þar til vatnsdropi síast og gufar upp við snertingu. Hellið jurtaolíu út í og hrærið til að húða botninn á wokinu.

c) Bætið chili út í og hrærið í um það bil 10 sekúndur, eða þar til það er rétt farið að svartna og olían er örlítið ilmandi.

d) Bætið kjúklingnum út í, geymið marineringuna og hrærið í 3 til 4 mínútur þar til það er ekki lengur bleikt.

e) Hrærið hvítlauknum, hvítlauknum og engiferinu út í og hrærið í um það bil 30 sekúndur. Hellið marineringunni út í og blandið saman til að hjúpa kjúklinginn. Hellið hnetunum út í og eldið í 2 til 3 mínútur í viðbót þar til sósan verður gljáandi.

f) Færið yfir á disk, skreytið með rauðlauknum og berið fram heitt.

29. Brokkolí kjúklingur

Hráefni :

- 1 matskeið Shaoxing hrísgrjónavín
- 2 tsk ljós sojasósa
- 1 tsk hakkaður hvítlaukur
- 1 tsk maíssterkju
- ¼ tsk sykur
- ¾ pund beinlaus, roðlaus kjúklingalæri, skorin í 2 tommu bita
- 2 matskeiðar jurtaolía
- 4 skrældar ferskar engifersneiðar, á stærð við fjórðung
- Kosher salt
- 1 pund spergilkál, skorið í hæfilega stóra blóma
- 2 matskeiðar vatn
- Rauð piparflögur (valfrjálst)
- ¼ bolli svartbaunasósa eða svartbaunasósa sem er keypt í verslun

Leiðbeiningar :

a) Blandið saman hrísgrjónavíni, ljósu soja, hvítlauk, maíssterkju og sykri í lítilli skál. Bætið kjúklingnum út í og látið marinerast í 10 mínútur.

b) Hitið wok við meðalháan hita þar til vatnsdropi síast og gufar upp við snertingu. Hellið jurtaolíu út í og hrærið til að húða botninn á wokinu. Bætið engiferinu út í og klípa af salti. Leyfðu engiferinu að malla í um það bil 30 sekúndur, hrærðu varlega.

c) Færið kjúklinginn yfir í wokið, fargið marineringunni. Hrærið kjúklinginn í 4 til 5 mínútur þar til hann er ekki lengur bleikur. Bætið spergilkálinu, vatni og klípu af rauðum piparflögum út í (ef það er notað) og hrærið í 1 mínútu. Hyljið wokið og gufið spergilkálið í 6 til 8 mínútur þar til það er stökkt.

d) Hrærið svörtu baunasósunni saman við þar til hún er húðuð og hituð í gegn, um það bil 2 mínútur, eða þar til sósan hefur þykknað aðeins og orðið gljáandi.

e) Fargið engiferinu, færið á fat og berið fram heitt.

30. Tangerine Zest Kjúklingur

Hráefni :

- 3 stórar eggjahvítur
- 2 matskeiðar maíssterkju
- 1½ msk ljós sojasósa, skipt
- ¼ tsk malaður hvítur pipar
- ¾ pund beinlaus, roðlaus kjúklingalæri, skorin í hæfilega stóra bita
- 3 bollar jurtaolía
- 4 skrældar ferskar engifersneiðar, hver um sig á stærð við fjórðung
- 1 tsk Sichuan piparkorn, örlítið sprungin
- Kosher salt
- ½ gulur laukur, þunnt sneið í ¼ tommu breiðar ræmur
- Hýði af 1 mandarínu, rifið í ⅛ tommu þykkar ræmur
- Safi úr 2 mandarínum (um ½ bolli)
- 2 tsk sesamolía

- ½ tsk hrísgrjónaedik
- Ljós púðursykur
- 2 laukar, þunnar sneiðar, til skrauts
- 1 msk sesamfræ, til skrauts

Leiðbeiningar :

a) Þeytið eggjahvíturnar í blöndunarskál með gaffli eða þeytara þar til þær eru froðukenndar og þar til þéttari klessurnar eru froðukenndar. Hrærið maíssterkju, 2 tsk af ljósu soja og hvítum pipar saman við þar til það er vel blandað saman. Bætið kjúklingnum saman við og látið marinerast í 10 mínútur.

b) Hellið olíunni í wokið; olían ætti að vera um 1 til 1½ tommur djúp. Komdu olíunni í 375 ° F yfir miðlungs háum hita. Þú getur séð að olían er við rétt hitastig þegar þú dýfir enda tréskeiðar í olíuna. Ef olían bólar og síast í kringum hana er olían tilbúin.

c) Lyftið kjúklingnum upp úr marineringunni með því að nota skál eða wok-skinn og hristið afganginn af. Látið varlega ofan í heita olíuna. Steikið kjúklinginn í lotum í 3 til 4 mínútur, eða þar til kjúklingurinn er gullinbrúnn og stökkur á yfirborðinu. Færið yfir á pappírsklædda disk.

d) Hellið öllu nema 1 matskeið af olíu úr wokinu og setjið yfir miðlungsháan hita. Hrærðu olíunni til að húða botninn á wokinu. Kryddið olíuna með því að bæta engifer, piparkornum og klípu af salti út í. Leyfðu engiferinu og piparkornunum að malla í olíunni í um það bil 30 sekúndur, hrærðu varlega.

e) Bætið lauknum út í og hrærið, hrærið og snúið við með wokspaða í 2 til 3 mínútur, eða þar til laukurinn er orðinn mjúkur og hálfgagnsær. Bætið mandarínuberkinum út í og hrærið í í eina mínútu í viðbót, eða þar til ilmandi.

f) Bætið mandarínusafanum, sesamolíu, ediki og klípu af púðursykri út í. Látið suðuna koma upp og látið malla í um það bil 6 mínútur þar til hún hefur minnkað um helming. Það ætti að vera sírópríkt og mjög bragðgott. Smakkið til og bætið við klípu af salti, ef þarf.

g) Slökkvið á hitanum og bætið steikta kjúklingnum út í, blandið til að hjúpa sósunni. Færið kjúklinginn yfir á fat, fargið engiferinu og skreytið með sneiðum lauk og sesamfræjum. Berið fram heitt.

31. Cashew kjúklingur

ÞJÓNAR 4-6

Hráefni :

- 1 msk ljós sojasósa
- 2 tsk Shaoxing hrísgrjónavín
- 2 tsk maíssterkju
- 1 tsk sesamolía
- ½ teskeið maluð Sichuan piparkorn
- ¾ pund beinlaust, roðlaust, kjúklingalæri, skorið í 1 tommu teninga
- 2 matskeiðar jurtaolía
- ½ tommu stykki skrælt fínt hakkað ferskt engifer
- Kosher salt
- ½ rauð paprika, skorin í ½ tommu bita
- 1 lítill kúrbít, skorinn í ½ tommu bita
- 2 hvítlauksrif, söxuð
- ½ bolli ósaltaðar þurrristaðar kasjúhnetur

- 2 rauðlaukur, hvítir og grænir hlutar aðskildir, þunnar sneiðar

Leiðbeiningar :

a) Hrærið saman létt soja, hrísgrjónavíni, maíssterkju, sesamolíu og Sichuan pipar í meðalstórri skál. Bætið kjúklingnum út í og hrærið varlega til að hjúpa. Látið það marinerast í 15 mínútur, eða í nægan tíma til að undirbúa restina af hráefninu.

b) Hitið wok við meðalháan hita þar til vatnsdropi síast og gufar upp við snertingu. Hellið jurtaolíu út í og hrærið til að húða botninn á wokinu. Kryddið olíuna með því að bæta við engiferinu og smá salti. Leyfðu engiferinu að malla í olíunni í um það bil 30 sekúndur, hrærðu varlega.

c) Notaðu töng, lyftu kjúklingnum úr marineringunni og færðu yfir í wokið, geymdu marineringuna. Hrærið kjúklinginn í 4 til 5 mínútur þar til hann er ekki lengur bleikur. Bætið rauðri papriku, kúrbít og hvítlauk út í og hrærið í 2 til 3 mínútur, eða þar til grænmetið er mjúkt.

d) Hellið marineringunni út í og blandið saman til að húða hin hráefnin. Látið suðuna koma upp í marineringunni og haltu áfram að hræra í 1 til 2 mínútur þar til sósan verður þykk og gljáandi. Hrærið kasjúhneturnar út í og eldið í eina mínútu í viðbót.

e) Færið yfir á disk, skreytið með lauknum og berið fram heitt.

32.   Velvet kjúklingur og snjóbaunir

Hráefni :

- 2 stórar eggjahvítur
- 2 matskeiðar maíssterkju, auk 1 teskeið
- ¾ pund beinlausar, roðlausar kjúklingabringur
- 3½ matskeiðar jurtaolía, skipt
- ⅓ bolli natríumsnautt kjúklingasoð
- 1 matskeið Shaoxing hrísgrjónavín
- Kosher salt
- Malaður hvítur pipar
- 4 skrældar ferskar engifersneiðar
- 1 (4-eyri) dós sneiðar bambussprotar, skolaðar og tæmdar
- 3 hvítlauksrif, söxuð
- ¾ pund snjóbaunir eða sykurbaunir, strengir fjarlægðir

Leiðbeiningar :

a) Þeytið eggjahvíturnar í blöndunarskál með gaffli eða þeytara þar til þær eru froðukenndar og þéttari eggjahvítuklessurnar eru froðukenndar. Hrærið 2 matskeiðum af maíssterkju saman við þar til það er vel blandað og ekki lengur klumpótt. Bætið kjúklingnum saman við og 1 matskeið af jurtaolíu og marinerið.

b) Hrærið saman kjúklingasoðinu, hrísgrjónavíni og 1 tsk af maíssterkju í lítilli skál og kryddið með smá salti og hvítum pipar. Setja til hliðar.

c) Látið suðu koma upp í meðalstóran pott fylltan af vatni við háan hita. Bætið ½ matskeið af olíu út í og lækkið hitann niður í suðu. Notaðu wok-skinn eða skeið til að leyfa marineringunni að renna af, flyttu kjúklinginn yfir í sjóðandi vatnið. Hrærðu í kjúklingnum svo bitarnir klessist ekki saman. Eldið í 40 til 50 sekúndur, þar til kjúklingurinn er hvítur að utan en ekki eldaður í gegn. Tæmið kjúklinginn í sigti og hristið umframvatnið af. Fargið sjóðandi vatninu.

d) Hitið wok við meðalháan hita þar til vatnsdropi síast og gufar upp við snertingu. Hellið hinum 2 matskeiðum af olíu út í og hrærið til að húða botninn á wokinu. Kryddið olíuna með því að bæta við engifersneiðunum og salti. Leyfðu engiferinu að malla í olíunni í um það bil 30 sekúndur, hrærðu varlega.

e) Bætið bambussprotunum og hvítlauknum út í og með því að nota wokspaða, blandið til að hjúpa með olíu og eldið þar til ilmandi, um 30 sekúndur. Bætið snjóbaununum út í og hrærið í um það bil 2 mínútur þar til þær eru ljósgrænar og stökkar. Bætið kjúklingnum í wokið og hrærið í sósublöndunni. Kasta til húðunar og haltu áfram að elda í 1 til 2 mínútur.

f) Færið yfir á fat og fargið engiferinu. Berið fram heitt.

33. Kjúklingur og grænmeti með svörtu baunasósu

Hráefni :

- 1 msk ljós sojasósa
- 1 tsk sesamolía
- 1 tsk maíssterkju
- ¾ pund beinlaus, roðlaus kjúklingalæri, skorin í hæfilega stóra bita
- 3 matskeiðar jurtaolía, skipt
- 1 afhýdd fersk engifersneið, á stærð við fjórðung
- Kosher salt
- 1 lítill gulur laukur, skorinn í hæfilega bita
- ½ rauð paprika, skorin í hæfilega bita
- ½ gul eða græn paprika, skorin í hæfilega bita
- 3 hvítlauksgeirar, saxaðir
- ⅓ bolli svartbaunasósa eða svartbaunasósa sem er keypt í verslun

Leiðbeiningar :

a) Í stórri skál skaltu hræra létt soja, sesamolíu og maíssterkju saman þar til maíssterkjan leysist upp. Bætið kjúklingnum út í og blandið til að hjúpa í marineringunni. Setjið kjúklinginn til hliðar til að marinerast í 10 mínútur.

b) Hitið wok við meðalháan hita þar til vatnsdropi síast og gufar upp við snertingu. Hellið 2 matskeiðum af jurtaolíu út í og hrærið til að húða botninn á wokinu. Kryddið olíuna með því að bæta við engiferinu og smá salti. Leyfðu engiferinu að malla í olíunni í um það bil 30 sekúndur, hrærðu varlega.

c) Færið kjúklinginn yfir í wokið og fargið marineringunni. Látið bitana steikjast í wokinu í 2 til 3 mínútur. Snúðu til að steikja á hinni hliðinni í 1 til 2 mínútur í viðbót. Hrærið með því að henda og fletta í wokinu hratt í 1 mínútu í viðbót. Flyttu yfir í hreina skál.

d) Bætið 1 matskeið af olíu sem eftir er út í og blandið lauknum og paprikunni út í. Hrærið fljótt í 2 til 3 mínútur, hrærið og snúið grænmetinu við með wokspaða þar til laukurinn lítur út fyrir að vera hálfgagnsær en er enn þéttur í áferð. Bætið hvítlauknum út í og hrærið í 30 sekúndur í viðbót.

e) Setjið kjúklinginn aftur í wokið og bætið svörtu baunasósunni út í. Hrærið og snúið við þar til kjúklingurinn og grænmetið eru húðuð.

f) Færið yfir á fat, fargið engiferinu og berið fram heitt.

34. Kjúklingur með grænum baunum

Hráefni :

- ¾ pund beinlaust, roðlaust kjúklingalæri, skorið þvert yfir kornið í hæfilegar ræmur
- 3 matskeiðar Shaoxing hrísgrjónavín, skipt
- 2 tsk maíssterkju
- Kosher salt
- Rauð piparflögur
- 3 matskeiðar jurtaolía, skipt
- 4 skrældar ferskar engifersneiðar, hver um sig á stærð við fjórðung
- ¾ pund grænar baunir, snyrtar og helmingaðar þversum á ská
- 2 matskeiðar létt sojasósa
- 1 matskeið kryddað hrísgrjónaedik
- ¼ bolli sneiddar möndlur, ristaðar
- 2 tsk sesamolía

Leiðbeiningar :

a) Í blöndunarskál, blandaðu kjúklingnum saman við 1 matskeið af hrísgrjónavíni, maíssterkju, smá klípu af salti og klípa af rauðum piparflögum. Hrærið til þess að kjúklingurinn verði jafn yfir. Marinerið í 10 mínútur.

b) Hitið wok við meðalháan hita þar til vatnsdropi síast og gufar upp við snertingu. Hellið 2 matskeiðum af jurtaolíu út í og hrærið til að húða botninn á wokinu. Kryddið olíuna með því að bæta við engiferinu og smá klípu af salti. Leyfðu engiferinu að malla í olíunni í um það bil 30 sekúndur, hrærðu varlega.

c) Bætið kjúklingnum og marineringunni í wokið og hrærið í 3 til 4 mínútur, eða þar til kjúklingurinn er örlítið steiktur og ekki lengur bleikur. Færið yfir í hreina skál og setjið til hliðar.

d) Bætið 1 matskeið af jurtaolíu sem eftir er út í og hrærið grænu baunirnar í 2 til 3 mínútur, eða þar til þær verða skærgrænar. Setjið kjúklinginn aftur í wokið og blandið saman. Bætið við hinum 2 matskeiðum af hrísgrjónavíni, léttu soja og ediki. Blandið saman og hjúpið og leyfið grænu baununum að malla í 3 mínútur í viðbót, eða þar til grænu baunirnar eru mjúkar. Fjarlægðu engiferið og fargið.

e) Hellið möndlunum út í og færið á fat. Hellið sesamolíu yfir og berið fram heitt.

35. Kjúklingur í sesamsósu

Hráefni :

- 3 stórar eggjahvítur
- 3 matskeiðar maíssterkju, skipt
- 1½ msk ljós sojasósa, skipt
- 1 pund beinlaust, roðlaust kjúklingalæri, skorið í hæfilega stóra bita
- 3 bollar jurtaolía
- 3 skrældar ferskar engifersneiðar, hver um sig á stærð við fjórðung
- Kosher salt
- Rauð piparflögur
- 3 hvítlauksgeirar, gróft saxaðir
- ¼ bolli natríumsnautt kjúklingasoð
- 2 matskeiðar sesamolía
- 2 laukar, þunnar sneiðar, til skrauts
- 1 msk sesamfræ, til skrauts

Leiðbeiningar :

a) Þeytið eggjahvíturnar í blöndunarskál með gaffli eða þeytara þar til þær eru froðukenndar og þéttari eggjahvítuklessurnar eru froðukenndar. Hrærið saman 2 matskeiðar af maíssterkju og 2 teskeiðar af ljósu soja þar til það er vel blandað saman. Bætið kjúklingnum saman við og látið marinerast í 10 mínútur.

b) Hellið olíunni í wokið; olían ætti að vera um 1 til $1\frac{1}{2}$ tommur djúp. Komdu olíunni í 375 ° F yfir miðlungs háum hita. Þú getur séð að olían er við rétt hitastig þegar þú dýfir enda tréskeiðar í olíuna. Ef olían bólar og síast í kringum hana er olían tilbúin.

c) Lyftið kjúklingnum upp úr marineringunni með því að nota skál eða wok-skinn og hristið afganginn af. Látið varlega ofan í heita olíuna. Steikið kjúklinginn í lotum í 3 til 4 mínútur, eða þar til kjúklingurinn er gullinbrúnn og stökkur á yfirborðinu. Færið yfir á pappírsklædda disk.

d) Hellið öllu nema 1 matskeið af olíu úr wokinu og setjið yfir miðlungsháan hita. Hrærðu olíunni til að húða botninn á wokinu. Kryddið olíuna með því að bæta við engiferinu og smá salti og rauðum piparflögum. Leyfðu engifer- og piparflögunum að malla í olíunni í um það bil 30 sekúndur, hrærðu varlega.

e) Bætið hvítlauknum út í og hrærið, hrærið og snúið við með wokspaða í 30 sekúndur. Hrærið kjúklingasoðinu saman við, $2\frac{1}{2}$ teskeiðar af ljósu soja og eftir 1 matskeið af maíssterkju. Látið malla í 4 til 5 mínútur þar til sósan þykknar og verður gljáandi. Bætið sesamolíu út í og hrærið til að blanda saman.

f) Slökkvið á hitanum og bætið steikta kjúklingnum út í, blandið til að hjúpa sósunni. Fjarlægðu engiferið og fargið. Færið yfir á fat og skreytið með sneiðum lauk og sesamfræjum.

36. Súrsætur kjúklingur

Hráefni :

- 2 tsk maíssterkju og 2 msk vatn
- 3 matskeiðar jurtaolía, skipt
- 4 skrældar ferskar engifersneiðar
- ¾ pund beinlaust, roðlaust kjúklingalæri, skorið í hæfilega stærð
- ½ rauð paprika, skorin í ½ tommu bita
- ½ græn paprika, skorin í ½ tommu bita
- ½ gulur laukur, skorinn í ½ tommu bita
- 1 (8-eyri) dós ananas bitar, tæmd, safi frátekinn
- 1 (4 aura) dós sneiðar vatnskastaníuhnetur, tæmd
- ¼ bolli natríumsnautt kjúklingasoð
- 2 matskeiðar ljós púðursykur
- 2 matskeiðar eplaedik
- 2 matskeiðar tómatsósa
- 1 tsk Worcestershire sósa
- 3 laukar, þunnar sneiðar, til skrauts

Leiðbeiningar :

a) Hrærið maíssterkju og vatni saman í lítilli skál og setjið til hliðar.

b) Hitið wok við meðalháan hita þar til vatnsdropi síast og gufar upp við snertingu. Hellið 2 matskeiðum af olíu út í og hrærið til að húða botninn á wokinu. Kryddið olíuna með því að bæta við engiferinu og smá salti. Leyfðu engiferinu að malla í olíunni í um það bil 30 sekúndur, hrærðu varlega.

c) Bætið kjúklingnum út í og steikið við wokið í 2 til 3 mínútur. Snúðu og kastaðu kjúklingnum, hrærðu í um það bil 1 mínútu í viðbót, eða þar til hann er ekki lengur bleikur. Færið í skál og setjið til hliðar.

d) Bætið 1 matskeið af olíu sem eftir er út í og hrærið til að hjúpa. Hrærið rauðu og grænu papriku og lauk í 3 til 4 mínútur þar til þær eru mjúkar og hálfgagnsærar. Bætið við ananas og kastaníuhnetum og haltu áfram að hræra í eina mínútu í viðbót. Bætið grænmetinu við kjúklinginn og setjið til hliðar.

e) Hellið fráteknum ananassafa, kjúklingasoði, púðursykri, ediki, tómatsósu og Worcestershire sósu í wokinn og látið suðuna koma upp. Haltu hitanum á meðalháum og eldaðu í um það bil 4 mínútur, þar til vökvinn minnkar um helming.

f) Setjið kjúklinginn og grænmetið aftur í wokið og blandið saman við sósuna. Hrærðu í maíssterkju-vatnsblöndunni og bættu í wokið. Hrærið og snúið öllu við þar til maíssterkjan byrjar að þykkna sósuna og verða gljáandi.

g) Fargið engiferinu, setjið á fat, skreytið með lauknum og berið fram heitt.

37.   Moo Goo Gai Pan

Hráefni :

- 1 msk ljós sojasósa
- 1 matskeið Shaoxing hrísgrjónavín
- 2 tsk sesamolía
- ¾ pund beinlausar, roðlausar kjúklingabringur, skornar í sneiðar
- ½ bolli natríumsnautt kjúklingasoð
- 2 matskeiðar ostrusósa
- 1 tsk sykur
- 1 matskeið maíssterkju
- 3 matskeiðar jurtaolía, skipt
- 4 skrældar ferskar engifersneiðar
- 4 aura ferskir hnappasveppir, þunnar sneiðar
- 1 (4 aura) dós sneiðar bambussprotar, tæmd
- 1 (4 aura) dós sneiðar vatnskastaníuhnetur, tæmd
- 1 hvítlauksgeiri, smátt saxaður

Leiðbeiningar :

a) Í stórri skál, þeytið saman létt soja, hrísgrjónavín og sesamolíu þar til það er slétt. Bætið kjúklingnum út í og blandið saman við. Marinerið í 15 mínútur.

b) Í lítilli skál, þeytið saman kjúklingasoð, ostrusósu, sykur og maíssterkju þar til það er slétt og sett til hliðar.

c) Hitið wok við meðalháan hita þar til vatnsdropi síast og gufar upp við snertingu. Hellið 2 matskeiðum af jurtaolíu út í og hrærið til að húða botninn á wokinu. Kryddið olíuna með því að bæta við engiferinu og smá klípu af salti. Leyfðu engiferinu að malla í olíunni í um það bil 30 sekúndur, hrærðu varlega.

d) Bætið kjúklingnum út í og fargið marineringunni. Hrærið í 2 til 3 mínútur þar til kjúklingurinn er ekki lengur bleikur. Færið yfir í hreina skál og setjið til hliðar.

e) Bætið við 1 matskeið af jurtaolíu sem eftir er. Hrærið sveppina í 3 til 4 mínútur, hrærið og snúið hratt. Um leið og sveppirnir eru orðnir þurrir skaltu hætta að hræra í og láta sveppina sitja við heita wokið í um það bil eina mínútu.

f) Bætið bambussprotum, vatnskastaníu og hvítlauk út í. Hrærið í 1 mínútu, eða þar til hvítlaukurinn er ilmandi. Setjið kjúklinginn aftur í wokið og blandið saman.

g) Hrærið sósunni saman við og bætið út í wokið. Hrærið og eldið þar til sósan byrjar að sjóða, um 45 sekúndur. Haltu áfram að henda og fletta þar til sósan þykknar og verður gljáandi. Fjarlægðu engiferið og fargið.

38. Egg Foo Yong

Hráefni :

- 5 stór egg, við stofuhita
- Kosher salt
- Malaður hvítur pipar
- ½ bolli þunnt sneiðar shiitake sveppahettur
- ½ bolli frosnar baunir, þiðnar
- 2 laukar, saxaðir
- 2 tsk sesamolía
- ½ bolli natríumsnautt kjúklingasoð
- 1½ msk ostrusósa
- 1 matskeið Shaoxing hrísgrjónavín
- ½ tsk sykur
- 2 matskeiðar létt sojasósa
- 1 matskeið maíssterkju
- 3 matskeiðar jurtaolía
- Soðin hrísgrjón, til framreiðslu

Leiðbeiningar :

a) Þeytið eggin í stórri skál með smá salti og hvítum pipar. Hrærið sveppunum, baunum, lauknum og sesamolíu saman við. Setja til hliðar.

b) Gerðu sósuna með því að sjóða kjúklingasoðið, ostrusósu, hrísgrjónavín og sykur í litlum potti við meðalhita. Þeytið ljós soja og maíssterkju í litlum mæliglasi þar til maíssterkjan er alveg uppleyst. Hellið maíssterkjublöndunni út í sósuna á meðan þeytt er stöðugt og eldið í 3 til 4 mínútur, þar til sósan verður nógu þykk til að hjúpa bakhlið skeiðarinnar. Lokið og setjið til hliðar.

c) Hitið wok við meðalháan hita þar til vatnsdropi síast og gufar upp við snertingu. Hellið jurtaolíu út í og hrærið til að húða botninn á wokinu. Bætið eggjablöndunni út í og eldið, hrærið og hristið wokið þar til botnhliðin er gullin. Rennið eggjakökunni af pönnunni á disk og hvolfið yfir wokið eða snúið við með spaða til að elda hina hliðina þar til hún er gullin. Renndu eggjakökunni út á disk og berðu fram yfir soðin hrísgrjón með skeið af sósu.

39. Tómat Egg Hrærið

Hráefni :

- 4 stór egg, við stofuhita
- 1 tsk Shaoxing hrísgrjónavín
- ½ tsk sesamolía
- ½ tsk kosher salt
- Nýmalaður svartur pipar
- 3 matskeiðar jurtaolía, skipt
- 2 skrældar ferskar engifersneiðar, hver um sig á stærð við fjórðung
- 1 pund vínberja- eða kirsuberjatómatar
- 1 tsk sykur
- Soðin hrísgrjón eða núðlur, til framreiðslu

Leiðbeiningar :

a) Þeytið eggin í stórri skál. Bætið hrísgrjónavíni, sesamolíu, salti og smá pipar út í og haltu áfram að þeyta þar til það hefur blandast saman.

b) Hitið wok við meðalháan hita þar til vatnsdropi síast og gufar upp við snertingu. Hellið 2 matskeiðum af jurtaolíu út í og hrærið til að húða botninn á wokinu. Hrærið eggjablöndunni í heita wokið. Hrærið og hristið eggin til að elda. Færið eggin yfir á disk þegar þau eru nýsoðin en ekki þurr. Tjald með filmu til að halda hita.

c) Bætið 1 matskeið af jurtaolíu sem eftir er í wokið. Kryddið olíuna með því að bæta við engiferinu og smá salti. Leyfðu engiferinu að malla í olíunni í um það bil 30 sekúndur, hrærðu varlega.

d) Hrærið tómötunum og sykrinum út í, hrærið til að hjúpa olíunni. Lokið og eldið í um það bil 5 mínútur, hrærið af og til, þar til tómatarnir eru mjúkir og hafa losað safinn. Fargið engifersneiðunum og kryddið tómatana með salti og pipar.

e) Hellið tómötunum yfir eggin og berið fram yfir soðin hrísgrjón eða núðlur.

40.　　　Rækjur og eggjahræra

Hráefni :

- 2 matskeiðar kosher salt, auk meira til að krydda
- 2 matskeiðar sykur
- 2 bollar kalt vatn
- 6 aura miðlungs rækjur (U41-50), afhýddar og afvegaðar
- 4 stór egg, við stofuhita
- ½ tsk sesamolía
- Nýmalaður svartur pipar
- 2 matskeiðar jurtaolía, skipt
- 2 skrældar ferskar engifersneiðar, hver um sig á stærð við fjórðung
- 2 hvítlauksgeirar, þunnar sneiðar
- 1 búnt graslauk, skorið í ½ tommu bita

Leiðbeiningar :

a) Í stórri skál, þeytið salt og sykur út í vatnið þar til þau leysast upp. Bætið rækjunni við saltvatnið. Lokið og kælið í 10 mínútur.

b) Tæmið rækjurnar í sigti og skolið. Fleygðu saltvatninu. Dreifið rækjunum á pappírsklædda ofnplötu og þurrkið þær.

c) Í annarri stórri skál, þeytið eggin með sesamolíu og smá salti og pipar þar til þau blandast saman. Setja til hliðar.

d) Hitið wok við meðalháan hita þar til vatnsdropi síast og gufar upp við snertingu. Hellið 1 matskeið af jurtaolíu út í og hrærið til að húða botninn á wokinu. Kryddið olíuna með því að bæta við engiferinu og smá salti. Leyfðu engiferinu að malla í olíunni í um það bil 30 sekúndur, hrærðu varlega.

e) Bætið hvítlauknum út í og hrærið í stutta stund til að bragðbæta olíuna, um það bil 10 sekúndur. Ekki láta hvítlaukinn brúnast eða brenna. Bætið rækjunum út í og hrærið í um það bil 2 mínútur þar til þær verða bleikar. Færið yfir á disk og fargið engiferinu.

f) Setjið wokið aftur á hita og bætið við 1 matskeið af jurtaolíu sem eftir er. Þegar olían er orðin heit skaltu hræra eggjablöndunni í wokið. Hrærið og hristið eggin til að elda. Bætið graslauknum á pönnuna og haltu áfram að elda þar til eggin eru soðin en ekki þurr. Setjið rækjuna aftur á pönnuna og blandið saman. Færið yfir á framreiðsludisk.

41.   Bragðmikið gufusoðið eggjakrem

Hráefni :

- 4 stór egg, við stofuhita
- 1¾ bollar natríumsnautt kjúklingasoð eða síað vatn
- 2 tsk Shaoxing hrísgrjónavín
- ½ tsk kosher salt
- 2 laukar, aðeins grænir hlutir, þunnar sneiðar
- 4 tsk sesamolía

Leiðbeiningar :

a) Þeytið eggin í stórri skál. Bætið seyði og hrísgrjónavíni saman við og þeytið saman. Sigtið eggjablönduna í gegnum fínmöskju sigti sem sett er yfir vökvamælisglas til að fjarlægja loftbólur. Hellið eggjablöndunni í 4 (6 aura) ramekin. Skelltu öllum loftbólum á yfirborð eggjablöndunnar með skurðarhníf. Hyljið ramekin með álpappír.

b) Skolaðu bambusgufukörfu og lok hennar undir köldu vatni og settu það í wokið. Hellið 2 tommu af vatni út í, eða þar til það kemur $\frac{1}{4}$ til $\frac{1}{2}$ tommu fyrir ofan neðri brún gufuskipsins, en ekki svo mikið að það snerti botn körfunnar. Settu ramekin í gufukörfuna. Lokið með loki.

c) Látið suðuna koma upp í vatnið, lækkið síðan hitann niður í vægan suðu. Látið gufa við lágan hita í um það bil 10 mínútur eða þar til eggin eru rétt stíf.

d) Takið ramekinin varlega úr gufubátnum og skreytið hvern vanilósa með nokkrum laufum og nokkrum dropum af sesamolíu. Berið fram strax.

42.   Kínverskir steiktir kjúklingavængir til baka

Hráefni :

- 10 heilir kjúklingavængir, þvegnir og þurrkaðir
- 1/8 tsk svartur pipar
- 1/4 tsk hvítur pipar
- ¼ tsk hvítlauksduft
- 1 tsk salt
- ½ tsk sykur
- 1 matskeið sojasósa
- 1 matskeið Shaoxing vín
- 1 tsk sesamolía
- 1 egg
- 1 matskeið maíssterkju
- 2 matskeiðar hveiti
- olíu, til steikingar

Leiðbeiningar :

a) Blandið öllum hráefnunum (fyrir utan steikingarolíuna að sjálfsögðu) saman í stóra hrærivélaskál. Blandið öllu saman þar til vængirnir eru vel húðaðir.

b) Látið vængina marinerast í 2 klukkustundir við stofuhita eða í kæli yfir nótt til að ná sem bestum árangri.

c) Eftir marineringuna, ef það lítur út fyrir að það sé vökvi í vængjunum, vertu viss um að blanda þeim vandlega aftur. Vængirnir ættu að vera vel húðaðir með þunnri deiglíkri húð. Ef það lítur enn út fyrir að vera of vatnsmikið, bætið þá við smá maíssterkju og hveiti.

d) Fylltu meðalstóran pott um það bil 2/3 af leiðinni upp með olíu og hitaðu hann í 325 gráður F.

e) Steikið vængina í litlum skömmtum í 5 mínútur og setjið á pönnu klædda pappírshandklæði. Eftir að allir vængirnir eru steiktir, setjið þá í lotur í olíuna og steikið aftur í 3 mínútur.

f) Tæmið á pappírshandklæði eða kæligrind og berið fram með heitri sósu!

Tælenskur basil kjúklingur

ÞJÓNAR 4

Hráefni :

- 3 til 4 matskeiðar olía
- 3 tælenskur fugla- eða Hollands chili
- 3 skalottlaukar, þunnar sneiðar
- 5 hvítlauksrif, skorin í sneiðar
- 1 pund malaður kjúklingur
- 2 tsk sykur eða hunang
- 2 matskeiðar sojasósa
- 1 msk fiskisósa
- ⅓ bolli lágt natríum kjúklingasoð eða vatn
- 1 búnt heilög basilíka eða taílensk basilika

Leiðbeiningar :

a) Í wok við háan hita, bætið olíu, chili, skalottlaukum og hvítlauk út í og steikið í 1-2 mínútur.

b) Bætið kjúklingnum saman við og hrærið í 2 mínútur og brjótið kjúklinginn í litla bita.

c) Bætið við sykri, sojasósu og fiskisósu. Hrærið í eina mínútu í viðbót og gljáið pönnuna með soðinu. Vegna

þess að pannan þín er yfir háum hita ætti vökvinn að eldast mjög fljótt.
d) Bætið basilíkunni út í og hrærið þar til það er visnað.
e) Berið fram yfir hrísgrjónum.

nautakjöt, svínakjöt og lamb

43. **Steikt svínakjöt**

Hráefni :

- 3/4 pund af magurri svínakjötsbumbu, húð-á
- 2 matskeiðar olía
- 1 msk sykur (bergsykur er valinn ef þú átt hann)
- 3 matskeiðar Shaoxing vín
- 1 msk venjuleg sojasósa
- ½ matskeið dökk sojasósa
- 2 bollar vatn

Leiðbeiningar :

a) Byrjaðu á því að skera svínakjötið í 3/4 tommu þykka bita.
b) Látið suðu koma upp í pott af vatni. Blasaðu svínakjötsbitana í nokkrar mínútur. Þetta losnar við óhreinindi og byrjar matreiðsluferlið. Takið svínakjötið úr pottinum, skolið og setjið til hliðar.
c) Bætið olíunni og sykrinum í wokið yfir lágum hita. Bræðið sykurinn örlítið og bætið svínakjötinu út í. Hækkið hitann í miðlungs og eldið þar til svínakjötið er léttbrúnað.
d) Lækkið hitann aftur í lágan og bætið Shaoxing matreiðsluvíni, venjulegri sojasósu, dökkri sojasósu og vatni út í.

e) Lokið og látið malla í um 45 mínútur til 1 klukkustund þar til svínakjötið er meyrt. Hrærið á 5-10 mínútna fresti til að koma í veg fyrir að það brenni og bætið við meira vatni ef það verður of þurrt.
f) Þegar svínakjötið er orðið meyrt, ef það er enn mikið af sýnilegum vökva, skaltu afhjúpa wokið, hækka hitann og hræra stöðugt þar til sósan hefur minnkað í glittaðri húð.

44. Hrærið í tómötum og nautakjöti

Hráefni :

- ¾ punda hliðar- eða pilssteik, skorin á móti korninu í ¼ tommu þykkar sneiðar
- 1½ matskeiðar maíssterkju, skipt
- 1 matskeið Shaoxing hrísgrjónavín
- Kosher salt
- Malaður hvítur pipar
- 1 matskeið tómatmauk
- 2 matskeiðar létt sojasósa
- 1 tsk sesamolía
- 1 tsk sykur
- 2 matskeiðar vatn
- 2 matskeiðar jurtaolía
- 4 skrældar ferskar engifersneiðar, hver um sig á stærð við fjórðung
- 1 stór skalottlaukur, þunnt sneið
- 2 hvítlauksgeirar, smátt saxaðir

- 5 stórir tómatar, hver skorinn í 6 báta
- 2 rauðlaukur, hvítir og grænir hlutar aðskildir, þunnar sneiðar

Leiðbeiningar :

a) Blandið nautakjötinu saman við 1 matskeið af maíssterkju, hrísgrjónavíni og smá klípu af salti og hvítum pipar í lítilli skál. Setjið til hliðar í 10 mínútur.

b) Í annarri lítilli skál skaltu hræra saman ½ matskeið af maíssterkju, tómatmauki, ljósu soja, sesamolíu, sykri og vatni. Setja til hliðar.

c) Hitið wok við meðalháan hita þar til vatnsdropi síast og gufar upp við snertingu. Hellið jurtaolíu út í og hrærið til að húða botninn á wokinu. Kryddið olíuna með því að bæta við engiferinu og smá salti. Leyfðu engiferinu að malla í olíunni í um það bil 30 sekúndur, hrærðu varlega.

d) Færið nautakjötið yfir í wokið og hrærið í 3 til 4 mínútur þar til það er ekki lengur bleikt. Bætið skalottlauknum og hvítlauknum út í og steikið í 1 mínútu. Bætið tómötunum og rauðlaukshvítunum út í og haltu áfram að hræra.

e) Hrærið sósunni saman við og haltu áfram að hræra í 1 til 2 mínútur, eða þar til nautakjötið og tómatarnir eru hjúpaðir og sósan hefur þykknað aðeins.

f) Fleygðu engiferinu, færðu yfir á fat og skreytið með rauðlauknum. Berið fram heitt.

45. Nautakjöt og spergilkál

Hráefni :

- ¾ pund pilssteik, skorin þvert yfir kornið í ¼ tommu þykkar sneiðar
- 1 matskeið matarsódi
- 1 matskeið maíssterkju
- 4 matskeiðar vatn, skipt
- 2 matskeiðar ostrusósa
- 2 matskeiðar Shaoxing hrísgrjónavín
- 2 tsk ljós púðursykur
- 1 msk hoisin sósa
- 2 matskeiðar jurtaolía
- 4 skrældar ferskar engifersneiðar, á stærð við fjórðung
- Kosher salt
- 1 pund spergilkál, skorið í hæfilega stóra blóma
- 2 hvítlauksgeirar, smátt saxaðir

Leiðbeiningar :

a) Í lítilli skál, blandaðu saman nautakjöti og matarsóda til að hjúpa. Setjið til hliðar í 10 mínútur. Skolið nautakjötið mjög vel og þurrkið það síðan með pappírsþurrku.

b) Í annarri lítilli skál, hrærið maíssterkjuna saman við 2 matskeiðar af vatni og blandið ostrusósunni, hrísgrjónavíni, púðursykri og hoisin sósu saman við. Setja til hliðar.

c) Hitið wok við meðalháan hita þar til vatnsdropi síast og gufar upp við snertingu. Hellið olíunni út í og hrærið til að húða botninn á wokinu. Kryddið olíuna með því að bæta við engiferinu og smá salti. Leyfðu engiferinu að malla í olíunni í um það bil 30 sekúndur, hrærðu varlega. Bætið nautakjötinu í wokið og hrærið í 3 til 4 mínútur þar til það er ekki lengur bleikt. Færið nautakjötið í skál og setjið til hliðar.

d) Bætið spergilkálinu og hvítlauknum út í og hrærið í 1 mínútu og bætið svo hinum 2 matskeiðum af vatni út í. Hyljið wokið og gufið spergilkálið í 6 til 8 mínútur þar til það er stökkt.

e) Setjið nautakjötið aftur í wokið og hrærið sósunni saman við í 2 til 3 mínútur þar til hún er fullhúðuð og sósan hefur þykknað aðeins. Fargið engiferinu, færið á fat og berið fram heitt.

46.		Svartur pipar nautakjöt hrært

Hráefni :

- 1 msk ostrusósa
- 1 matskeið Shaoxing hrísgrjónavín
- 2 tsk maíssterkju
- 2 tsk ljós sojasósa
- Malaður hvítur pipar
- ¼ tsk sykur
- ¾ pund nautalundir eða sirloin, skornar í 1 tommu bita
- 3 matskeiðar jurtaolía
- 3 skrældar ferskar engifersneiðar, hver um sig á stærð við fjórðung
- Kosher salt
- 1 græn paprika, skorin í ½ tommu breiðar ræmur
- 1 lítill rauðlaukur, þunnt sneið í strimla
- 1 tsk nýmalaður svartur pipar, eða meira eftir smekk
- 2 tsk sesamolía

Leiðbeiningar :

a) Hrærið saman ostrusósunni, hrísgrjónavíni, maíssterkju, ljósri soja, smá hvítum pipar og sykri í blöndunarskál. Kasta nautakjötinu til að hjúpa og marinera í 10 mínútur.

b) Hitið wok við meðalháan hita þar til vatnsdropi síast og gufar upp við snertingu. Hellið jurtaolíu út í og hrærið til að húða botninn á wokinu. Bætið engiferinu út í og klípa af salti. Leyfðu engiferinu að malla í olíunni í um það bil 30 sekúndur, hrærðu varlega.

c) Notaðu töng til að flytja nautakjötið yfir í wokið og fargaðu marineringunni sem eftir er. Steikið á móti wokinu í 1 til 2 mínútur, eða þar til brúnt sýrð skorpa myndast. Snúið nautakjötinu við og steikið á hinni hliðinni, aðrar 2 mínútur í viðbót. Hrærið, hrærið og snúið við í wokinu í 1 til 2 mínútur í viðbót, flytjið síðan nautakjötið yfir í hreina skál.

d) Bætið papriku og lauk út í og hrærið í 2 til 3 mínútur, eða þar til grænmetið lítur út fyrir að vera glansandi og meyrt. Setjið nautakjötið aftur í wokið, bætið svörtum pipar út í og hrærið saman í 1 mínútu í viðbót.

e) Fargið engiferinu, setjið á fat og dreypið sesamolíu ofan á. Berið fram heitt.

47. Sesam nautakjöt

Hráefni :

- 1 msk ljós sojasósa
- 2 matskeiðar sesamolía, skipt
- 2 tsk maíssterkju, skipt
- 1 punda snagi, pils eða flatjárnsteik, skorin í $\frac{1}{4}$ tommu þykkar ræmur
- $\frac{1}{2}$ bolli nýkreistur appelsínusafi
- $\frac{1}{2}$ tsk hrísgrjónaedik
- 1 tsk sriracha (má sleppa)
- 1 tsk ljós púðursykur
- Kosher salt
- Nýmalaður svartur pipar
- 3 matskeiðar jurtaolía, skipt
- 4 skrældar ferskar engifersneiðar, hver um sig á stærð við fjórðung
- 1 lítill gulur laukur, þunnar sneiðar
- 3 hvítlauksrif, söxuð

- ½ matskeið hvít sesamfræ, til skrauts

Leiðbeiningar :

a) Í stórri skál, hrærið saman ljósa soja, 1 matskeið af sesamolíu og 1 teskeið af maíssterkju þar til maíssterkjan leysist upp. Bætið nautakjöti út í og blandið til að hjúpa í marineringunni. Settu til hliðar til að marinerast í 10 mínútur á meðan þú undirbýr sósuna.

b) Hrærið saman appelsínusafanum, 1 matskeið af sesamolíu, hrísgrjónaediki, sriracha (ef það er notað), púðursykri, eftir 1 tsk af maíssterkju, og klípa af salti og pipar í glermælingarbolla. Hrærið þar til maíssterkjan er uppleyst og sett til hliðar.

c) Hitið wok við meðalháan hita þar til vatnsdropi síast og gufar upp við snertingu. Hellið 2 matskeiðum af jurtaolíu út í og hrærið til að húða botninn á wokinu. Kryddið olíuna með því að bæta við engiferinu og smá salti. Leyfðu engiferinu að malla í olíunni í um það bil 30 sekúndur, hrærðu varlega.

d) Notaðu töng til að flytja nautakjötið yfir í wokið og fargaðu marineringunni. Látið bitana steikjast í wokinu í 2 til 3 mínútur. Snúðu til að steikja á hinni hliðinni í 1 til 2 mínútur í viðbót. Hrærið með því að henda og fletta í wokinu hratt í 1 mínútu í viðbót. Flyttu yfir í hreina skál.

e) Bætið við 1 matskeið af jurtaolíu sem eftir er og hellið lauknum út í. Hrærið snöggt, hrærið og snúið lauknum við með wokspaða í 2 til 3 mínútur, þar til laukurinn lítur út fyrir að vera hálfgagnsær en er enn þéttur í áferð. Bætið hvítlauknum út í og hrærið í 30 sekúndur í viðbót.

f) Hrærið í sósunni og haltu áfram að elda þar til sósan fer að þykkna. Setjið nautakjötið aftur í wokið, hrærið og snúið við svo nautakjötið og laukurinn verði húðuð með sósu. Kryddið eftir smekk með salti og pipar.

g) Færið yfir á fat, fargið engiferinu, stráið sesamfræjunum yfir og berið fram heitt.

48. Mongólskt nautakjöt

Hráefni :

- 2 matskeiðar Shaoxing hrísgrjónavín
- 1 matskeið dökk sojasósa
- 1 matskeið maíssterkja, skipt
- ¾ pund flanksteik, skorin á móti korninu í ¼ tommu þykkar sneiðar
- ¼ bolli natríumsnautt kjúklingasoð
- 1 matskeið ljós púðursykur
- 1 bolli jurtaolía
- 4 eða 5 heilir þurrkaðir rauðir kínverskir chili
- 4 hvítlauksgeirar, gróft saxaðir
- 1 tsk afhýdd fínt hakkað ferskt engifer
- ½ gulur laukur, þunnt skorinn
- 2 matskeiðar gróft saxað ferskt kóríander

Leiðbeiningar :

a) Í blöndunarskál, hrærið saman hrísgrjónavíni, dökku soja og 1 matskeið af maíssterkju. Bætið sneiðum flanksteikinni út í og blandið til að hjúpa. Setjið til hliðar og látið marinerast í 10 mínútur.

b) Hellið olíunni í wok og hitið hana í 375°F yfir meðalháum hita. Þú getur séð að olían er við rétt hitastig þegar þú dýfir enda tréskeiðar í olíuna. Ef olían bólar og síast í kringum hana er olían tilbúin.

c) Taktu nautakjötið úr marineringunni, geymdu marineringuna. Bætið nautakjötinu við olíuna og steikið í 2 til 3 mínútur, þar til það myndar gullna skorpu. Notaðu wok skimmer, færðu nautakjötið í hreina skál og settu til hliðar. Bætið kjúklingasoðinu og púðursykrinum í marineringarskálina og hrærið saman.

d) Hellið öllu nema 1 matskeið af olíu úr wokinu og setjið yfir miðlungsháan hita. Bætið chilipiparnum, hvítlauknum og engiferinu út í. Leyfðu arómatunum að malla í olíunni í um það bil 10 sekúndur, hrærðu varlega.

e) Bætið lauknum út í og hrærið í 1 til 2 mínútur, eða þar til laukurinn er mjúkur og hálfgagnsær. Bætið kjúklingasoðinu saman við og blandið saman. Látið malla í um það bil 2 mínútur, bætið svo nautakjötinu út í og blandið öllu saman í 30 sekúndur í viðbót.

f) Færið yfir á fat, skreytið með kóríander og berið fram heitt.

49. Sichuan nautakjöt með sellerí og gulrótum

Hráefni :

- 2 matskeiðar Shaoxing hrísgrjónavín
- 1 matskeið dökk sojasósa
- 2 tsk sesamolía
- ¾ pund flank- eða pilssteik, skorin á móti korninu
- 1 msk hoisin sósa
- 2 tsk létt sojasósa
- 2 matskeiðar maíssterkju, skipt
- ¼ tsk kínverskt fimm kryddduft
- 1 tsk Sichuan piparkorn, mulið
- 4 skrældar ferskar engifersneiðar
- 3 hvítlauksrif, létt mulin
- 2 sellerístilkar, skornir í 3 tommu ræmur
- 1 stór gulrót, afhýdd og skorin í 3 tommu ræmur
- 2 laukar, þunnar sneiðar

Leiðbeiningar :

a) Hrærið saman hrísgrjónavíni, dökku soja og sesamolíu í blöndunarskál.

b) Bætið nautakjöti saman við og blandið saman. Setjið til hliðar í 10 mínútur.

c) Í lítilli skál skaltu sameina hoisin sósuna, ljós soja, vatn, 1 matskeið af maíssterkju og fimm kryddufti. Setja til hliðar.

d) Hitið wok við meðalháan hita þar til vatnsdropi síast og gufar upp við snertingu. Hellið jurtaolíu út í og hrærið til að húða botninn á wokinu. Kryddið olíuna með því að bæta við piparkornum, engifer og hvítlauk. Leyfðu arómatunum að malla í olíunni í um það bil 10 sekúndur, hrærðu varlega.

e) Kasta nautakjötinu í 1 matskeið af maíssterkju sem eftir er til að hjúpa og bæta við wokið. Steikið nautakjötið við hliðina á wokinu í 1 til 2 mínútur, eða þar til gullbrún sýrð skorpa myndast. Snúið við og steikið á hinni hliðinni í eina mínútu í viðbót. Hrærið og snúið við í um það bil 2 mínútur í viðbót, þar til nautakjötið er ekki lengur bleikt.

f) Færðu nautakjötið á hliðar woksins og bætið selleríinu og gulrótinni í miðjuna. Hrærið, hrærið og snúið við þar til grænmetið er meyrt, aðrar 2 til 3 mínútur. Hrærið hoisin sósublönduna og hellið í wokið. Haltu áfram að hræra, hjúpaðu nautakjötið og grænmetið með sósunni í 1 til 2 mínútur, þar til sósan byrjar að þykkna og verður gljáandi. Fjarlægðu engiferið og hvítlaukinn og fargið.

50.   Hoisin nautakjöt salatbollar

Hráefni :

- ¾ pund nautahakk
- 2 tsk maíssterkju
- Kosher salt
- Nýmalaður svartur pipar
- 3 matskeiðar jurtaolía, skipt
- 1 matskeið afhýdd fínt hakkað engifer
- 2 hvítlauksgeirar, smátt saxaðir
- 1 gulrót, afhýdd og söxuð
- 1 (4-eyri) dós sneiddar vatnskastaníuhnetur, tæmdar og skolaðar
- 2 matskeiðar hoisin sósa
- 3 rauðlaukur, hvítir og grænir hlutar aðskildir, þunnar sneiðar
- 8 breið ísjaka (eða Bibb) salatblöð, snyrt í snyrtilega hringlaga bolla

Leiðbeiningar :

a) Í skál, stráið nautakjötinu yfir maíssterkjunni og smá salti og pipar. Blandið vel saman til að blanda saman.

b) Hitið wok-pönnu yfir meðalháum hita þar til vatnsdregla síast og gufar upp við snertingu. Hellið 2 matskeiðum af olíu út í og hrærið til að húða botninn á wokinu. Bætið nautakjötinu út í og brúnið á báðum hliðum, hrærið síðan og snúið við, skiptið nautakjötinu í mola og kekki í 3 til 4 mínútur, þar til nautakjötið er ekki lengur bleikt. Færið nautakjötið yfir í hreina skál og setjið til hliðar.

c) Þurrkaðu wokið hreint og settu það aftur á miðlungshita. Bætið 1 matskeið af olíu sem eftir er út í og hrærið engiferið og hvítlaukinn fljótt með smá salti. Um leið og hvítlaukurinn er ilmandi skaltu henda gulrótinni og vatnskastanunum út í í 2 til 3 mínútur þar til gulrótin verður mjúk. Lækkið hitann í miðlungs, setjið nautakjötið aftur í wokið og blandið saman við hoisinsósuna og kálhvíturnar. Kasta til að sameina, um það bil 45 sekúndur í viðbót.

d) Dreifið út salatblöðunum, 2 á hvern disk, og skiptið nautakjötsblöndunni jafnt á milli salatlaufanna.

Skreytið með rauðlauknum og borðið eins og þú myndir gera mjúkt taco.

51.   Steiktar svínakótilettur með lauk

Hráefni :

- 4 beinlausar kótilettur úr svínahrygg
- 1 matskeið Shaoxing vín
- ½ tsk nýmalaður svartur pipar
- Kosher salt
- 3 bollar jurtaolía
- 2 matskeiðar maíssterkju
- 3 skrældar ferskar engifersneiðar, hver um sig á stærð við fjórðung
- 1 meðalgulur laukur, þunnt sneið
- 2 hvítlauksgeirar, smátt saxaðir
- 2 matskeiðar létt sojasósa
- 1 tsk dökk sojasósa
- ½ tsk rauðvínsedik
- Sykur

Leiðbeiningar :

a) Berið svínakótilletturnar með kjöthamri þar til þær eru ½ tommu þykkar. Setjið í skál og kryddið með hrísgrjónavíni, pipar og smá klípu af salti. Marinerið í 10 mínútur.

b) Hellið olíunni í wokið; olían ætti að vera um 1 til 1½ tommur djúp. Komdu olíunni í 375 ° F yfir miðlungs háum hita. Þú getur séð að olían er við rétt hitastig þegar þú dýfir enda tréskeiðar í olíuna. Ef olían bólar og síast í kringum hana er olían tilbúin.

c) Vinnið í 2 lotum, húðið kóteleturnar með maíssterkju. Látið þær varlega niður í olíuna í einu í einu og steikið í 5 til 6 mínútur þar til þær eru gullnar. Færið yfir á pappírsklædda disk.

d) Hellið öllu nema 1 matskeið af olíu úr wokinu og setjið yfir miðlungsháan hita. Kryddið olíuna með því að bæta við engiferinu og smá salti. Leyfðu engiferinu að malla í olíunni í um það bil 30 sekúndur, hrærðu varlega.

e) Hrærið laukinn í um það bil 4 mínútur þar til hann er hálfgagnsær og mjúkur. Bætið hvítlauknum út í og hrærið í 30 sekúndur í viðbót, eða þar til ilmandi. Færið yfir á diskinn með svínakótilettunum.

f) Hellið ljósu soja, dökku soja, rauðvínsediki og örlitlu af sykri út í wokið og hrærið saman. Látið suðuna koma upp og setjið laukinn og svínakótiletturnar aftur í wokið. Hrærið til að blanda saman þar sem sósan byrjar að þykkna aðeins. Fjarlægðu engiferið og fargið. Færið yfir á fat og berið fram strax.

52. Fimm krydd svínakjöt með Bok Choy

Hráefni :

- 1 msk ljós sojasósa
- 1 matskeið Shaoxing hrísgrjónavín
- 1 tsk kínverskt fimm kryddduft
- 1 tsk maíssterkju
- ½ tsk ljós púðursykur
- ¾ pund svínakjöt
- 2 matskeiðar jurtaolía
- 2 hvítlauksrif, afhýdd og smátt skorin
- Kosher salt
- 2 til 3 höfuð bok choy, skorin þversum í hæfilega stóra bita
- 1 gulrót, afhýdd og söxuð
- Soðin hrísgrjón, til framreiðslu

Leiðbeiningar :

a) Hrærið saman létt soja, hrísgrjónavíni, fimm kryddufti, maíssterkju og púðursykri í blöndunarskál. Bætið svínakjöti út í og blandið varlega saman til að blanda saman. Setjið til hliðar til að marinerast í 10 mínútur.

b) Hitið wok við meðalháan hita þar til vatnsdropi síast og gufar upp við snertingu. Hellið olíunni út í og hrærið til að húða botninn á wokinu. Kryddið olíuna með því að bæta við hvítlauknum og smá salti. Leyfðu hvítlauknum að malla í olíunni í um það bil 10 sekúndur, hrærðu varlega.

c) Bætið svínakjöti í wokið og látið það steikjast við veggi woksins í 1 til 2 mínútur, eða þar til gyllt skorpa myndast. Snúið við og steikið á hinni hliðinni í eina mínútu í viðbót. Hrærið og snúið við til að hrærsteikja svínakjötið í 1 til 2 mínútur í viðbót, skiptið því upp í mola og kekki þar til það er ekki lengur bleikt.

d) Bætið bok choy og gulrótinni út í og blandið og snúið við til að blanda saman við svínakjötið. Haltu áfram að hræra í 2 til 3 mínútur, þar til gulrótin og bok choyin eru mjúk. Færið yfir á fat og berið fram heitt með gufusoðnum hrísgrjónum.

53.   Hoisin svínakjöt hrært

Hráefni :

- 2 tsk Shaoxing hrísgrjónavín
- 2 tsk ljós sojasósa
- ½ tsk chilipasta
- ¾ pund beinlaus svínahryggur, þunnar sneiðar í julienne strimla
- 2 matskeiðar jurtaolía
- 4 skrældar ferskar engifersneiðar, hver um sig á stærð við fjórðung
- Kosher salt
- 4 aura snjóbaunir, þunnar sneiðar á ská
- 2 matskeiðar hoisin sósa
- 1 matskeið vatn

Leiðbeiningar :

a) Í skál, hrærið saman hrísgrjónavíni, létt soja og chilipauk. Bætið svínakjöti út í og blandið saman við. Setjið til hliðar til að marinerast í 10 mínútur.

b) Hitið wok við meðalháan hita þar til vatnsdropi síast og gufar upp við snertingu. Hellið olíunni út í og hrærið til að húða botninn á wokinu. Kryddið olíuna með því að bæta við engiferinu og smá salti. Leyfðu engiferinu að malla í olíunni í um það bil 30 sekúndur, hrærðu varlega.

c) Bætið svínakjötinu og marineringunni út í og hrærið í 2 til 3 mínútur þar til það er ekki lengur bleikt. Bætið snjóbaununum út í og hrærið í um það bil 1 mínútu þar til þær eru mjúkar og hálfgagnsærar. Hrærið hoisinsósunni og vatni saman við til að losa sósuna. Haltu áfram að henda og snúa í 30 sekúndur, eða þar til sósan er hituð í gegn og svínakjötið og snjóbaunurnar eru húðaðar.

d) Færið yfir á fat og berið fram heitt.

54. Tvíelduð svínakjöt

Hráefni :

- 1 punds beinlaus svínakjötsbumbi
- ⅓ bolli svartbaunasósa eða svartbaunasósa sem er keypt í verslun
- 1 matskeið Shaoxing hrísgrjónavín
- 1 tsk dökk sojasósa
- ½ tsk sykur
- 2 matskeiðar jurtaolía, skipt
- 4 skrældar ferskar engifersneiðar
- Kosher salt
- 1 blaðlaukur, helmingaður eftir endilöngu og skorinn á ská
- ½ rauð paprika, skorin í sneiðar

Leiðbeiningar :

a) Setjið svínakjötið í stóran pott og hyljið með vatni. Látið suðuna koma upp á pönnunni og lækkið síðan niður í suðu. Látið malla án loksins í 30 mínútur, eða þar til svínakjötið er meyrt og eldað í gegn. Settu svínakjötið yfir í skál (fargaðu eldunarvökvanum) með því að nota skál og láttu kólna.

b) Geymið í kæli í nokkrar klukkustundir eða yfir nótt. Þegar svínakjötið er orðið kalt, skerið þunnt sneiðar í $\frac{1}{4}$ tommu þykkar sneiðar og setjið til hliðar. Með því að leyfa svínakjötinu að kólna alveg áður en það er skorið í sneiðar verður auðveldara að skera það í þunnar sneiðar.

c) Hrærið saman svörtu baunasósunni, hrísgrjónavíni, dökku soja og sykri í glasi og setjið til hliðar.

d) Hitið wok við meðalháan hita þar til vatnsdropi síast og gufar upp við snertingu. Hellið 1 matskeið af olíu út í og hrærið til að húða botninn á wokinu. Kryddið olíuna með því að bæta við engiferinu og smá salti. Leyfðu engiferinu að malla í olíunni í um það bil 30 sekúndur, hrærðu varlega.

e) Vinnið í lotum, flytjið hálft svínakjötið í wokið. Látið bitana steikjast í wokinu í 2 til 3 mínútur. Snúðu til að steikja á hinni hliðinni í 1 til 2 mínútur í viðbót þar til svínakjötið byrjar að krullast. Flyttu yfir í hreina skál. Endurtaktu með svínakjötinu sem eftir er.

f) Bætið við 1 matskeið af olíu sem eftir er. Bætið blaðlauknum og rauðum papriku út í og hrærið í 1 mínútu þar til blaðlaukur er mjúkur. Hrærið sósunni saman við og hrærið þar til hún er ilmandi. Settu svínakjötið aftur á pönnuna og haltu áfram að hræra í 2 til 3 mínútur í viðbót þar til allt er rétt í gegn. Fleygðu engifersneiðunum og færðu yfir á framreiðsludisk.

55. Mu Shu svínakjöt með pönnukökum

Hráefni :

Fyrir pönnukökurnar

- 1¾ bollar alhliða hveiti
- ¾ bolli sjóðandi vatn
- Kosher salt
- 3 matskeiðar sesamolía

Fyrir mu shu svínakjötið

- 2 matskeiðar létt sojasósa
- 1 tsk maíssterkju
- 1 tsk Shaoxing hrísgrjónavín
- Malaður hvítur pipar
- ¾ pund beinlaus svínahryggur, sneiddur á móti korninu
- 3 matskeiðar jurtaolía
- 2 tsk skrældar fínt saxað ferskt engifer
- 1 stór gulrót, afhýdd og þunnt skorin í 3 tommu lengd

- 6 til 8 ferskir viðareyrnasveppir, skornir í Julienne strimla
- ½ lítið höfuð grænt hvítkál, rifið niður
- 2 laukar, skornir í ½ tommu lengdir
- 1 (4-eyri) dós niðurskorin bambussprotar, tæmd og södd
- ¼ bolli plómusósa, til framreiðslu

Leiðbeiningar :

Til að búa til pönnukökur

a) Hrærið saman hveiti, sjóðandi vatni og klípu af salti í stórri blöndunarskál með tréskeið. Blandið þessu öllu saman þar til það verður að loðnu deigi. Færið deigið yfir á hveitistráð skurðbretti og hnoðið í höndunum í um 4 mínútur, eða þar til það er slétt. Deigið verður heitt, svo notaðu einnota hanska til að vernda hendurnar. Setjið deigið aftur í skálina og setjið plastfilmu yfir. Látið hvíla í 30 mínútur.

b) Mótaðu deigið í 12 tommu langan stokk með því að rúlla því út með höndunum. Skerið stokkinn í 12 jafna bita, haltu hringlaga löguninni til að búa til medalíur. Fletjið medalíurnar út með lófum og penslið toppana með sesamolíu. Þrýstið olíuhúðuðu hliðunum saman til að búa til 6 stafla af tvöföldum deigbitum.

c) Rúllaðu hverjum stafla í eitt þunnt, kringlótt blað, 7 til 8 tommur í þvermál. Best er að halda áfram að velta pönnukökunni um leið og þú rúllar, til að ná jafnri þynningu á báðar hliðar.

d) Hitið steypujárnspönnu yfir meðalháan hita og eldið pönnukökurnar eina í einu í um það bil 1 mínútu á fyrstu hlið, þar til þær verða aðeins hálfgagnsærar og byrja að mynda blöðrur. Snúðu til að elda hina hliðina, aðrar 30 sekúndur. Færið pönnukökuna yfir á disk sem er klæddur eldhúsþurrku og dragið pönnukökurnar tvær varlega í sundur.

Til að búa til mu shu svínakjöt

e) Blandið í blöndunarskál létt soja, maíssterkju, hrísgrjónavíni og klípu af hvítum pipar. Bætið svínakjötinu í sneiðar og blandið því yfir og látið marinerast í 10 mínútur.

f) Hitið wok við meðalháan hita þar til vatnsdropi síast og gufar upp við snertingu. Hellið jurtaolíu út í og hrærið til að húða botninn á wokinu. Kryddið olíuna með því að bæta við engiferinu og smá salti. Leyfðu engiferinu að malla í olíunni í um það bil 10 sekúndur, hrærðu varlega.

g) Bætið svínakjötinu út í og hrærið í 1 til 2 mínútur þar til það er ekki lengur bleikt. Bætið gulrótinni og sveppunum út í og haltu áfram að hræra í 2 mínútur í viðbót, eða þar til gulrótin er mjúk. Bætið kálinu, lauknum og bambussprotunum út í og steikið í eina mínútu í viðbót, eða þar til það er hitað í gegn. Færið yfir í skál og berið fram með því að skeiða svínafyllingunni í miðju pönnuköku og toppa með plómusósu.

56. Svínakjöt Spareribs með Black Bean sósu

Hráefni :

- 1 punda svínakjötsrif, skorin þversum í $1\frac{1}{2}$ tommu breiðar ræmur
- $\frac{1}{4}$ tsk malaður hvítur pipar
- 2 matskeiðar svartbaunasósa eða svartbaunasósa sem er keypt í verslun
- 1 matskeið Shaoxing hrísgrjónavín
- 1 matskeið jurtaolía
- 2 tsk maíssterkju
- $\frac{1}{2}$ tommu ferskt engiferstykki, skrælt og smátt saxað
- 2 hvítlauksgeirar, smátt saxaðir
- 1 tsk sesamolía
- 2 laukar, þunnar sneiðar

Leiðbeiningar :

a) Skerið á milli rifbeinanna til að aðgreina þau í hæfilega stóra rifbein. Blandið saman rifnum og hvítum pipar í grunnri, hitaþolinni skál. Bætið svörtu baunasósunni, hrísgrjónavíni, jurtaolíu, maíssterkju, engifer og hvítlauk út í og blandið saman og tryggið að rifleturnar séu allar húðaðar. Marinerið í 10 mínútur.

b) Skolaðu bambusgufukörfu og lok hennar undir köldu vatni og settu það í wokið. Hellið 2 tommu af vatni út í, eða þar til það kemur um það bil $\frac{1}{4}$ til $\frac{1}{2}$ tommu fyrir ofan neðri brún gufuskipsins, en ekki svo mikið að það snerti botn körfunnar. Setjið skálina með rifunum í gufukörfuna og lokið.

c) Snúðu hitann í háan til að sjóða vatnið, lækkaðu síðan hitann í meðalháan. Gufðu við meðalháan hita í 20 til 22 mínútur, eða þar til rifin eru ekki lengur bleik. Þú gætir þurft að fylla á vatnið, svo haltu áfram að athuga hvort það sjóði ekki þurrt í wokinu.

d) Fjarlægðu skálina varlega úr gufukörfunni. Stráið rifin með sesamolíu og skreytið með kálinu. Berið fram strax.

57.   Hrært mongólskt lamb

Hráefni :

- 2 matskeiðar Shaoxing hrísgrjónavín
- 1 matskeið dökk sojasósa
- 3 hvítlauksrif, söxuð
- 2 tsk maíssterkju
- 1 tsk sesamolía
- 1 punds beinlaust lambalæri, skorið í $\frac{1}{4}$ tommu þykkar sneiðar
- 3 matskeiðar jurtaolía, skipt
- 4 skrældar ferskar engifersneiðar, hver um sig á stærð við fjórðung
- 2 heilir þurrkaðir rauðir chilipipar (valfrjálst)
- Kosher salt
- 4 laukar, skornir í 3 tommu langa bita, síðan þunnar sneiðar langsum

Leiðbeiningar :

a) Hrærið saman hrísgrjónavíni, dökku soja, hvítlauk, maíssterkju og sesamolíu í stórri skál. Bætið lambakjötinu við marineringuna og blandið til að hjúpa. Marinerið í 10 mínútur.

b) Hitið wok við meðalháan hita þar til vatnsdropi síast og gufar upp við snertingu. Hellið 2 matskeiðum af jurtaolíu út í og hrærið til að húða botninn á wokinu. Kryddið olíuna með því að bæta við engiferinu, chili (ef það er notað) og klípa af salti. Leyfðu arómatunum að malla í olíunni í um það bil 30 sekúndur, hrærðu varlega.

c) Notaðu töng til að lyfta helmingi lambsins úr marineringunni, hrista aðeins til að láta umframmagn leka af. Geymið marineringuna. Steikið í wokinu í 2 til 3 mínútur. Snúðu til að steikja á hinni hliðinni í 1 til 2 mínútur í viðbót. Hrærið með því að henda og fletta í wokinu hratt í 1 mínútu í viðbót. Flyttu yfir í hreina skál. Bætið við 1 matskeið af jurtaolíu sem eftir er og endurtakið með lambinu sem eftir er.

d) Setjið allt lambakjötið og fráteknu marineringunni aftur í wokið og hellið lauknum út í. Hrærið í 1 mínútu í viðbót, eða þar til lambið er í gegn og marineringin breytist í glansandi sósu.

e) Færið yfir á disk, fargið engiferinu og berið fram heitt.

58. Kúmenkryddað lamb

Hráefni :

- ¾ pund beinlaust lambalæri, skorið í 1 tommu bita
- 1 msk ljós sojasósa
- 1 matskeið Shaoxing hrísgrjónavín
- Kosher salt
- 2 matskeiðar malað kúmen
- 1 tsk Sichuan piparkorn, mulið
- ½ tsk sykur
- 3 matskeiðar jurtaolía, skipt
- 4 skrældar ferskar engifersneiðar, hver um sig á stærð við fjórðung
- 2 matskeiðar maíssterkju
- ½ gulur laukur, skorinn langsum í strimla
- 6 til 8 heilir þurrkaðir kínverskur chilipipar (valfrjálst)
- 4 hvítlauksgeirar, þunnar sneiðar
- ½ búnt ferskt kóríander, gróft saxað

Leiðbeiningar :

a) Blandið saman lambakjöti, ljósu soja, hrísgrjónavíni og smá klípu af salti í blöndunarskál. Kasta til að húða og marinera í 15 mínútur, eða yfir nótt í kæli.

b) Í annarri skál skaltu hræra saman kúmeni, Sichuan piparkornum og sykri. Setja til hliðar.

c) Hitið wok við meðalháan hita þar til vatnsdropi síast og gufar upp við snertingu. Hellið 2 matskeiðum af olíu út í og hrærið til að húða botninn á wokinu. Kryddið olíuna með því að bæta við engiferinu og smá salti. Leyfðu engiferinu að malla í olíunni í um það bil 30 sekúndur, hrærðu varlega.

d) Hrærið lambakjötsbitunum saman við maíssterkjuna og bætið út í heita wokið. Steikið lambið í 2 til 3 mínútur á hlið og hrærið síðan í 1 eða 2 mínútur í viðbót, snúið og snúið í kringum wokið. Færið lambið yfir í hreina skál og setjið til hliðar.

e) Bætið 1 matskeið af olíu sem eftir er út í og hrærið til að húða wokið. Hellið lauknum og chilipiparnum út í (ef það er notað) og hrærið í 3 til 4 mínútur, eða þar til laukurinn fer að líta glansandi út en ekki haltur. Kryddið létt með smá klípu af salti. Hrærið hvítlauks- og kryddblöndunni út í og haltu áfram að hræra í eina mínútu í viðbót.

f) Setjið lambið aftur í wokið og blandið saman í 1 til 2 mínútur í viðbót. Færið yfir á fat, fargið engiferinu og skreytið með kóríander.

59. Lambakjöt með engifer og blaðlauk

Hráefni :

- ¾ pund beinlaust lambalæri, skorið í 3 bita, síðan þunnt sneið yfir kornið
- Kosher salt
- 2 matskeiðar Shaoxing hrísgrjónavín
- 1 matskeið dökk sojasósa
- 1 msk ljós sojasósa
- 1 tsk ostrusósa
- 1 tsk hunang
- 1 til 2 tsk sesamolía
- ½ tsk malaðir Sichuan piparkorn
- 2 tsk maíssterkju
- 2 matskeiðar jurtaolía
- 1 msk afhýdd og smátt saxað ferskt engifer
- 2 blaðlaukar, skornir og þunnar sneiðar
- 4 hvítlauksgeirar, smátt saxaðir

Leiðbeiningar :

a) Kryddið lambið létt í blöndunarskál með 1 til 2 klípum af salti. Kasta til að húða og setja til hliðar í 10 mínútur. Hrærið saman hrísgrjónavíni, dökku soja, ljósu soja, ostrusósu, hunangi, sesamolíu, Sichuan pipar og maíssterkju í lítilli skál. Setja til hliðar.

b) Hitið wok við meðalháan hita þar til vatnsdropi síast og gufar upp við snertingu. Hellið jurtaolíu út í og hrærið til að húða botninn á wokinu. Kryddið olíuna með því að bæta við engiferinu og smá salti. Leyfðu engiferinu að malla í olíunni í um það bil 10 sekúndur, hrærðu varlega.

c) Bætið lambinu út í og steikið í 1 til 2 mínútur, byrjið svo að hræra, hrærið og snúið við í 2 mínútur í viðbót, eða þar til það er ekki lengur bleikt. Færið yfir í hreina skál og setjið til hliðar.

d) Bætið blaðlauknum og hvítlauknum út í og hrærið í 1 til 2 mínútur, eða þar til blaðlaukur er skærgrænn og mjúkur. Færið yfir í lambskálina.

e) Hellið sósublöndunni út í og látið malla í 3 til 4 mínútur þar til sósan minnkar um helming og verður gljáandi. Setjið lambið og grænmetið aftur í wokið og blandið saman við sósuna.

f) Færið yfir á fat og berið fram heitt.

60. Taílenskt basil nautakjöt

Hráefni :

- 2 matskeiðar olía
- 12 únsur. nautakjöt, skorið þunnt á móti korninu
- 5 hvítlauksgeirar, saxaðir
- ½ af rauðri papriku, þunnar sneiðar
- 1 lítill laukur, þunnt sneið
- 2 tsk sojasósa
- 1 tsk dökk sojasósa
- 1 tsk ostrusósa
- 1 msk fiskisósa
- ½ tsk sykur
- 1 bolli taílensk basilíkulauf, pakkað
- Cilantro, til að skreyta

Leiðbeiningar :

a) Hitið wokið yfir háan hita og bætið olíunni við. Steikið nautakjötið þar til það er aðeins brúnt. Takið úr wokinu og setjið til hliðar.
b) Bætið hvítlauknum og rauðum papriku í wokið og hrærið í um það bil 20 sekúndur.
c) Bætið lauknum út í og hrærið þar til hann er brúnaður og örlítið karamellaður.
d) Kasta nautakjötinu aftur út í, ásamt sojasósu, dökku sojasósu, ostrusósu, fiskisósu og sykri.

e) Hrærið í nokkrar sekúndur í viðbót og blandið svo tælensku basilíkunni saman við þar til hún er rétt að visna.
f) Berið fram með jasmín hrísgrjónum og skreytið með kóríander.

61. Kínverskt BBQ svínakjöt

ÞJÓNAR 8

Hráefni :

- 3 pund (1,4 kg) svínaaxli/svínarassinn (veljið skurð með góðri fitu á)
- ¼ bolli (50 g) sykur
- 2 tsk salt
- ½ tsk fimm kryddduft
- ¼ tsk hvítur pipar
- ½ tsk sesamolía
- 1 matskeið Shaoxing vín eða
- Kínverskt plómuvín
- 1 matskeið sojasósa
- 1 msk hoisin sósa
- 2 tsk melass
- 3 hvítlauksgeirar fínt saxaðir
- 2 matskeiðar maltósa eða hunang
- 1 matskeið heitt vatn

Leiðbeiningar :

a) Skerið svínakjötið í langar ræmur eða bita um það bil 3 tommur þykkt. Ekki skera niður umframfitu, þar sem hún losnar og bætir bragðið.

b) Blandið saman sykri, salti, fimm krydddufti, hvítum pipar, sesamolíu, víni, sojasósu, hoisinsósu, melassa, matarlit (ef hann er notaður) og hvítlauk í skál til að búa til marineringuna.

c) Geymið um 2 matskeiðar af marineringunni og setjið til hliðar. Nuddaðu svínakjötinu með restinni af marineringunni í stórri skál eða eldfast mót. Lokið og kælið yfir nótt, eða að minnsta kosti 8 klukkustundir. Lokið og geymið frátekna marineringuna í ísskápnum líka.

d) Forhitaðu ofninn þinn í hæstu stillingu (475-550 gráður F eða 250-290 gráður C) með grind sem er staðsettur í efri þriðjungi ofnsins. Klæðið álpappír með álpappír og setjið málmgrind ofan á. Settu svínakjötið á grindina og skildu eftir eins mikið bil og mögulegt er á milli bitanna. Hellið 1 ½ bolla af vatni í pönnuna fyrir neðan grindina. Þetta kemur í veg fyrir að dropar brenni eða reyki.

e) Flyttu svínakjötið yfir í forhitaðan ofninn þinn og steiktu í 25 mínútur. Eftir 25 mínútur skaltu snúa svínakjötinu við. Ef botninn á pönnunni er þurr skaltu bæta við öðrum bolla af vatni. Snúðu pönnunni 180 gráður til að tryggja jafna steikingu. Steikið í 15 mínútur í viðbót.

f) Á meðan skaltu sameina frátekna marineringuna með maltósanum eða hunanginu og 1 matskeið af heitu vatni. Þetta verður sósan sem þú munt nota til að basta svínakjötið.

g) Eftir 40 mínútur af heildarbrennslutíma, stráið svínakjötið, snúið því við og stráið hina hliðina líka. Steikið í síðustu 10 mínútur.

h) Eftir 50 mínútur af heildarsteikingartíma á að elda svínakjötið í gegn og karamellisera ofan á. Ef það er ekki karamelliserað að þínum smekk geturðu kveikt á kjúklingnum í nokkrar mínútur til að stökka að utan og bæta við smá lit/bragði.

62. **Gufusoðnar BBQ svínabollur**

GERIR 10 BULLUR

Hráefni :

Fyrir gufusoðið bolludeig:

- 1 tsk virkt þurrger
- ¾ bolli heitt vatn
- 2 bollar alhliða hveiti
- 1 bolli maíssterkju
- 5 matskeiðar sykur
- ¼ bolli af canola eða jurtaolíu
- 2½ tsk lyftiduft

Fyrir fyllinguna:

- 1 matskeið olía
- ⅓ bolli fínt saxaður skalottlaukur eða rauðlaukur
- 1 matskeið sykur
- 1 msk ljós sojasósa
- 1½ msk ostrusósa
- 2 tsk sesamolía
- 2 tsk dökk sojasósa

- ½ bolli kjúklingakraftur
- 2 matskeiðar alhliða hveiti
- 1½ bolli hægeldað kínverskt svínakjöt

Leiðbeiningar :

a) Í skál rafmagnshrærivélar með deigkrókfestingu (þú getur líka notað venjulega blöndunarskál og hnoðað í höndunum), leysið upp 1 tsk virkt þurrger í 3/4 bolli af volgu vatni. Sigtið saman hveiti og maíssterkju og bætið því út í gerblönduna ásamt sykri og olíu.

b) Kveiktu á hrærivélinni á lægstu stillingu og láttu hann fara þangað til slétt deigkúla hefur myndast. Hyljið með rökum klút og látið standa í 2 klst. (Þú bætir lyftiduftinu við seinna!)

c) Á meðan deigið hvílir er búið til kjötfyllinguna. Hitið 1 matskeið af olíu í wok við meðalháan hita. Bætið skalottlauknum/lauknum út í og hrærið í 1 mínútu. Lækkið hitann í miðlungs-lágan og bætið sykrinum, ljósri sojasósu, ostrusósu, sesamolíu og dökkri sojasósu út í. Hrærið og eldið þar til blandan byrjar að kúla upp. Bætið kjúklingakraftinum og hveitinu út í, eldið í 3 mínútur þar til það þykknar. Takið af hellunni og hrærið svínakjötinu saman við. Setjið til hliðar til að kólna. Ef þú býrð til fyllinguna fyrirfram skaltu hylja og setja í kæli til að koma í veg fyrir að hún þorni.

d) Eftir að deigið hefur hvílt í 2 klukkustundir skaltu bæta lyftiduftinu við deigið og kveikja á hrærivélinni á lægstu stillingu. Á þessum tímapunkti, ef deigið lítur út fyrir að vera þurrt eða þú átt í vandræðum með að blanda lyftiduftinu inn, bætið þá við 1-2 teskeiðum af vatni. Hnoðið deigið varlega þar til það verður slétt aftur. Hyljið með rökum klút og látið standa í 15 mínútur í viðbót. Í millitíðinni skaltu fá stórt stykki af smjörpappír og skera það í tíu 4x4 tommu ferninga. Undirbúðu gufuvélina þína með því að sjóða vatnið.

e) Nú erum við tilbúin að setja bollurnar saman: rúllið deiginu í langa túpu og skiptið því í 10 jafnstóra hluta. Þrýstið hverju deigi á disk sem er um $4\frac{1}{2}$ tommur í þvermál (það ætti að vera þykkara í miðjunni og þynnra í kringum brúnirnar). Bætið við smá fyllingu og brettið bollurnar þar til þær eru lokaðar ofan á.

f) Setjið hverja bollu á smjörpappírsferning og látið gufa. Ég gufaði bollurnar í tveimur aðskildum lotum með bambusgufu.

g) Þegar vatnið sýður, setjið bollurnar í gufubátinn og látið hverja lotu gufa í 12 mínútur við háan hita.

63.   Kantónsk steikt svínakjöt

ÞJÓNAR 6-8

Hráefni :

- 3 punda hella af svínakjöti, húð á
- 2 tsk Shaoxing vín
- 2 tsk salt
- 1 tsk sykur
- ½ tsk fimm kryddduft
- ¼ tsk hvítur pipar
- 1½ tsk hrísgrjónavínsedik
- ½ bolli gróft sjávarsalt

Leiðbeiningar :

a) Skolaðu svínakjötsbumginn og þurrkaðu hann. Settu það með roðhliðinni niður á bakka og nuddaðu Shaoxing-víninu inn í kjötið (ekki skinnið). Blandið saman salti, sykri,

b) fimm kryddduft og hvítur pipar. Nuddið þessari kryddblöndu vel inn í kjötið líka. Snúið kjötinu við svo það snúi með skinnhliðinni upp.

c) Svo, til að gera næsta skref, er í raun sérstakt tól sem veitingastaðir nota, en við notuðum bara beittan málmspjót. Stinga kerfisbundið göt um alla húðina, sem mun hjálpa húðinni að verða stökkari, frekar en að haldast slétt og leðurkennd. Því fleiri holur sem eru, því betra. Gakktu líka úr skugga um að þau fari nógu djúpt. Hættu rétt fyrir ofan fitulagið undir.

d) Látið svínakjötið þorna í ísskápnum án loks, í 12-24 klukkustundir.

e) Forhitið ofninn í 375 gráður F. Settu stórt álpappír (þungt álpappír virkar best) á bökunarplötu og brettu hliðarnar í kringum svínakjötið þétt saman, þannig að þú sért að búa til eins konar box allt í kringum það , með 1 tommu háum ramma sem fer um hliðarnar.

f) Penslið hrísgrjónavínsedikið ofan á svínahýðið. Pakkaðu sjávarsaltinu í eitt jafnt lag yfir hýðið, svo svínakjötið sé alveg þakið. Setjið í ofninn og steikið í 1 klukkustund og 30 mínútur. Ef þú ert enn með rifbeinið á þér, steiktu í 1 klukkustund og 45 mínútur.

g) Taktu svínakjötið úr ofninum, kveiktu á grillinu í lágmarki og settu ofngrindina í lægstu stöðu. Fjarlægðu efsta lagið af sjávarsalti af svínakjötinu, brettu álpappírinn út og settu steikargrind á pönnuna. Settu svínakjötið á grindina og settu það aftur undir grillið til að verða stökkt. Þetta ætti að taka 10-15 mínútur. Kjúklingurinn ætti helst að vera á „lágmarki" svo að þetta ferli geti gerst smám saman. Ef kjúklingurinn þinn verður ansi heitur skaltu fylgjast vel með honum og vertu viss um að halda svínakjötinu eins langt frá hitagjafanum og mögulegt er.

h) Þegar hýðið hefur blásið upp og orðið stökkt skaltu taka það úr ofninum. Látið hvíla í um það bil 15 mínútur. Skerið og berið fram!

SÚPUR, hrísgrjón og núðlur

64. Kókos karrý núðlusúpa

Hráefni :

- 2 matskeiðar olía
- 3 hvítlauksgeirar, saxaðir
- 1 msk ferskt engifer, rifið
- 3 matskeiðar taílenskt rautt karrýmauk
- 8 únsur. beinlausar kjúklingabringur eða læri, skornar í sneiðar
- 4 bollar kjúklingasoð
- 1 bolli vatn
- 2 matskeiðar fiskisósa
- ⅔ bolli kókosmjólk
- 6 únsur. þurrkaðar vermicelli núðlur
- 1 lime, safi

Leiðbeiningar :

a) Rauðlaukur í sneiðar, rauður chilis, kóríander, laukur til að skreyta
b) Í stórum potti yfir miðlungs hita, bætið olíunni, hvítlauknum, engiferinu og tælensku rauðu karrýmaukinu út í. Steikið í 5 mínútur, þar til ilmandi.
c) Bætið kjúklingnum út í og eldið í nokkrar mínútur, bara þar til kjúklingurinn verður ógagnsær.

d) Bætið kjúklingasoðinu, vatni, fiskisósu og kókosmjólk út í. Látið suðuna koma upp.
e) Á þessum tímapunkti skaltu smakka soðið fyrir salti og stilla kryddið í samræmi við það.
f) Hellið sjóðandi súpunni yfir þurrkuðu vermicelli núðlurnar í framreiðsluskálunum, bætið kreistu af limesafa og skreytingum og berið fram. Núðlurnar verða tilbúnar til að borða eftir nokkrar mínútur.

65. Krydduð nauta núðlusúpa

Hráefni :
- 16 bollar kalt vatn
- 6 sneiðar engifer
- 3 rauðlaukar, þvegnir og skornir í tvennt
- ¼ bolli Shaoxing vín
- 3 pund. nautakjöt, skorið í 1½ tommu bita
- 3 matskeiðar olía
- 1 til 2 matskeiðar Sichuan piparkorn
- 2 hvítlaukshausar, skrældir
- 1 stór laukur, skorinn í bita
- 5 stjörnu anís
- 4 lárviðarlauf
- ¼ bolli kryddað baunamauk
- 1 stór tómatur, skorinn í litla bita
- ½ bolli létt sojasósa
- 1 matskeið sykur
- 1 stórt stykki af þurrkuðum mandarínuberki
- ferskar eða þurrkaðar hveitinúðlur að eigin vali
- Saxaður rauðlaukur og kóríander, til að skreyta

Leiðbeiningar :
a) Hitið olíuna í öðrum potti eða stórum wok við miðlungs lágan hita og bætið við Sichuan piparkornum, hvítlauksrifum, lauk, stjörnuanís og lárviðarlaufum. Eldið þar til hvítlauksgeirarnir og laukbitarnir byrja að mýkjast (um það bil 5 - 10 mínútur). Hrærið kryddbaunamaukinu saman við.
b) Bætið þá tómötunum út í og eldið í tvær mínútur. Hrærið að lokum ljósu sojasósunni og sykri saman við. Slökktu á hitanum.

c) Nú skulum við ausa nautakjötið, engiferið og rauðlaukinn úr 1. pottinum og flytja í 2. pottinn. Hellið síðan soðinu í gegnum fínt möskva sigti. Setjið pottinn yfir háan hita og bætið mandarínuberkinum út í. Lokið og látið suðuna koma upp. Lækkið hitann strax að suðu og eldið í 60-90 mínútur.
d) Eftir að hafa mallað, slökktu á hitanum, en hafðu lokið á og látið pottinn standa á hellunni (með slökkt á hitanum) í heila klukkustund í viðbót til að láta bragðið blandast saman. Súpubotninn þinn er búinn. Munið að láta súpubotninn sjóða aftur áður en hann er borinn fram.

66. Eggardropasúpa

Hráefni :

- 4 bollar lífrænt kjúklingakraftur eða heimabakað kjúklingakraftur
- ½ tsk sesamolía
- ½ tsk salt
- Klípa af sykri
- Klípa hvítan pipar
- 5 dropar gulur matarlitur
- ¼ bolli maíssterkju blandað með ½ bolli af vatni
- 3 egg, örlítið þeytt
- 1 rauðlaukur, saxaður

Leiðbeiningar :

a) Látið kjúklingakraftinn sjóða í meðalstórum súpupotti. Hrærið sesamolíu, salti, sykri og hvítum pipar út í.
b) Bætið næst maíssterkjulausninni út í
c) Látið súpuna malla í nokkrar mínútur og athugaðu síðan hvort samkvæmnin sé þér að skapi.
d) Setjið súpuna í skál, setjið söxuðum lauk, hellið smá sesamolíu yfir og berið fram!

67. Einföld wonton súpa

Hráefni :
- 10 únsur. baby bok choy eða álíka grænt grænmeti
- 1 bolli svínakjöt
- 2½ matskeiðar sesamolía
- Klípa hvítan pipar
- 1 matskeið krydduð sojasósa
- ½ tsk salt
- 1 matskeið Shaoxing vín
- 1 pakki wonton skinn
- 6 bollar gott kjúklingakraft
- 1 matskeið sesamolía
- Hvítur pipar og salt eftir smekk
- 1 rauðlaukur, saxaður

Leiðbeiningar :
a) Byrjaðu á því að þvo grænmetið vandlega. Látið suðu koma upp í stórum potti af vatni og þeytið grænmetið þar til það er visnað. Tæmið og skolið í köldu vatni. Gríptu góðan klaka af grænmeti og kreistu vandlega út eins mikið vatn og þú getur. Saxið grænmetið mjög fínt (einnig má flýta fyrir því með því að henda því í matvinnsluvélina).

b) Í meðalstórri skál, bætið fínt söxuðu grænmeti, svínakjöti, sesamolíu, hvítum pipar, sojasósu, salti og Shaoxing-víni saman við. Blandið mjög vandlega þar til blandan er algjörlega fleytuð - næstum eins og mauk.

c) Nú er kominn tími til að setja saman! Fylltu litla skál með vatni. Gríptu umbúðir og notaðu fingurinn til að væta brúnir umbúðirnar. Bætið rúmlega teskeið af fyllingu í miðjuna. Brjóttu umbúðirnar í tvennt og þrýstu báðum hliðum saman svo þú færð þétt innsigli.

d) Haltu neðstu tveimur hornum litla ferhyrningsins sem þú varst að búa til og taktu hornin tvö saman. Þú getur notað smá vatn til að tryggja að þau festist. Og þannig er það! Haltu áfram að setja saman þar til öll fyllingin er farin. Settu wontons á bökunarplötu eða plötu klædda bökunarpappír til að koma í veg fyrir að þau festist.

e) Á þessum tímapunkti er hægt að hylja wontons með plastfilmu, setja bökunarplötuna/plötuna í frystinn og flytja þá yfir í Ziploc poka þegar þeir hafa frosið. Þeir geymast í nokkra mánuði í frystinum og eru tilbúnir fyrir wonton súpu hvenær sem þú vilt.

f) Til að búa til súpuna skaltu hita kjúklingakraftinn að suðu og bæta við sesamolíu, hvítum pipar og salti.

g) Látið suðu koma upp í sérstakan pott af vatni. Bætið wontonunum varlega út í pottinn einu í einu. Hrærið til að koma í veg fyrir að wontons festist við botninn. Ef þær festast, ekki hafa áhyggjur, þær ættu að losna þegar þær eru soðnar. Þeir eru búnir þegar þeir fljóta. Gætið þess að ofelda þær ekki.

h) Fjarlægðu wontons með sleif og settu þau í skálar. Hellið súpunni yfir wontons og skreytið með söxuðum lauk. Berið fram!

68. Eggardropasúpa

Hráefni :

- 4 bollar natríumsnautt kjúklingasoð
- 2 skrældar ferskar engifer sneiðar
- 2 hvítlauksrif, afhýdd
- 2 tsk ljós sojasósa
- 2 matskeiðar maíssterkju
- 3 matskeiðar vatn
- 2 stór egg, létt þeytt
- 1 tsk sesamolía
- 2 laukar, þunnar sneiðar, til skrauts

Leiðbeiningar :

a) Í wok- eða súpupotti, blandið saman seyði, engifer, hvítlauk og létt soja og látið suðuna koma upp. Lækkið niður í suðu og eldið í 5 mínútur. Fjarlægðu og fargaðu engiferinu og hvítlauknum.

b) Blandið maíssterkju og vatni saman í lítilli skál og hrærið blöndunni út í wokið.

c) Lækkið hitann niður í suðu. Dýfðu gaffli í þeyttu eggin og dragðu það síðan í gegnum súpuna, hrærðu varlega á meðan þú ferð. Látið súpuna malla óáreitt í nokkur augnablik til að stífna eggin. Hrærið sesamolíu út í og hellið súpunni í skálar. Skreytið með lauknum.

69. Egg steikt hrísgrjón

Hráefni :

- 5 bollar soðin hrísgrjón
- 5 stór egg (skipt)
- 2 matskeiðar vatn
- ¼ tsk paprika
- ¼ tsk túrmerik
- 3 matskeiðar olía (skipt)
- 1 meðalstór laukur, smátt saxaður
- ½ rauð paprika, smátt skorin
- ½ bolli frosnar baunir, þiðnar
- 1½ tsk salt
- ¼ tsk sykur
- ¼ tsk svartur pipar
- 2 laukar, saxaðir

Leiðbeiningar :
a) Notaðu gaffal til að fleyta hrísgrjónunum upp og brjóta þau í sundur. Ef þú ert að nota nýsoðin hrísgrjón, láttu þau standa á borðinu afhjúpuð þar til þau hætta að gufa áður en þau eru flúin.
b) Þeytið 3 egg í einni skál. Þeytið hin 2 eggin í annarri skál ásamt 2 msk vatni, paprikunni og túrmerikinu. Settu þessar tvær skálar til hliðar.
c) Hitið wok yfir miðlungs háan hita og bætið við 2 msk olíu. Bætið 3 þeyttum eggjum út í (án kryddanna) og hrærið þeim saman. Takið þær úr wokinu og setjið til hliðar.
d) Hitið wokið við háan hita og bætið síðustu matskeiðinni af olíunni út í. Bætið við hægelduðum lauknum og paprikunni. Hrærið í 1-2 mínútur. Næst skaltu bæta við hrísgrjónunum og hræra í 2 mínútur, notaðu ausuhreyfingu til að hita hrísgrjónin jafnt. Notaðu wok-spaðann til að fletja út og brjóta upp allar hrísgrjónakekkjur.
e) Næst skaltu hella afganginum af ósoðnu egginu og kryddblöndunni yfir hrísgrjónin og steikja í um það bil 1 mínútu þar til öll hrísgrjónakornin eru húðuð með eggi.
f) Bætið baunum út í og hrærið stöðugt í í eina mínútu í viðbót. Dreifið næst salti, sykri og svörtum pipar

yfir hrísgrjónin og blandið saman. Þú ættir nú að sjá gufu koma frá hrísgrjónunum, sem þýðir að þau eru hituð í gegn.

70. Klassísk svínasteikt hrísgrjón

Hráefni :

- 1 matskeið heitt vatn
- 1 tsk hunang
- 1 tsk sesamolía
- 1 tsk Shaoxing vín
- 1 matskeið sojasósa
- 1 tsk dökk sojasósa
- $\frac{1}{4}$ tsk hvítur pipar
- 5 bollar soðin hvít hrísgrjón
- 1 matskeið olía
- 1 meðalstór laukur, skorinn í bita
- 1 pund kínverskt BBQ svínakjöt, skorið í bita
- 2 egg, hrærð
- $\frac{1}{2}$ bolli mung baunaspírur
- 2 laukar, saxaðir

Leiðbeiningar :

a) Byrjaðu á því að blanda saman heitu vatni, hunangi, sesamolíu, Shaoxing víni, sojasósu, dökkri sojasósu og hvítum pipar í lítilli skál.
b) Taktu soðnu hrísgrjónin þín og lóðu þau með gaffli eða með höndunum.
c) Með wokinu yfir miðlungs hita, bætið við matskeið af olíu og steikið laukinn þar til hann verður hálfgagnsær. Hrærið svínasteikið saman við. Bætið

hrísgrjónunum út í og blandið vel saman. Bætið sósublöndunni og salti saman við og blandið með ausuhreyfingu þar til hrísgrjónin eru jafnhúðuð með sósu.

d) Henda eggjunum þínum, mung baunaspírum og lauk. Blandið vandlega saman í eina eða tvær mínútur í viðbót og berið fram!

71.   Drukknar núðlur

Hráefni :

Fyrir kjúklinginn og marineringuna:
- 2 matskeiðar vatn
- 12 aura sneið kjúklingalæri eða kjúklingabringur
- 1 tsk sojasósa
- 1 tsk olía
- 2 tsk maíssterkju

Fyrir restina af réttinum:
- 8 aura breiðar þurrkaðar hrísgrjónanúðlur, soðnar
- $1\frac{1}{2}$ tsk púðursykur, leystur upp í 1 msk heitu vatni
- 2 tsk sojasósa
- 1 tsk dökk sojasósa
- 1 msk fiskisósa
- 2 tsk ostrusósa
- klípa af möluðum hvítum pipar
- 3 matskeiðar grænmetis- eða kanolaolía (skipt)
- 3 hvítlauksrif, skorin í sneiðar
- $\frac{1}{4}$ tsk ferskt rifið engifer
- 2 skalottlaukar, sneiddir (um ⅓ bollar)
- 1 rauðlaukur, skorinn í 3 tommu bita
- 4 tælensk rauð chilipipar, fræhreinsuð og södd
- 1 bolli lauslega pakkað heilög basil eða taílensk basil
- 5 til 6 stykki af maís, skipt í tvennt (valfrjálst)
- 2 tsk Shaoxing vín

Leiðbeiningar :

a) Vinnið 2 matskeiðar af vatni inn í sneið kjúklinginn með höndunum þar til kjúklingurinn dregur í sig vökvann. Bætið sojasósu, olíu, maíssterkju út í og blandið þar til kjúklingurinn er jafnhúðaður. Setjið til hliðar í 20 mínútur.

b) Hrærið uppleystu púðursykriblöndunni, sojasósunum, fiskisósunni, ostrusósunni og hvítum pipar saman í lítilli skál og setjið til hliðar.

c) Hitaðu wokið þitt þar til það er nálægt því að reykja og dreifðu 2 matskeiðum af olíu um jaðar woksins. Bætið kjúklingnum út í og látið steikjast í 1 mínútu á hvorri hlið þar til hann er um 90% eldaður. Takið úr wokinu og setjið til hliðar. Ef hitinn var nógu mikill og þú steiktir kjötið rétt ætti wokið þitt að vera enn hreint og ekkert festist við það. Ef ekki, geturðu þvegið wokið til að koma í veg fyrir að hrísgrjónanúðlurnar festist.

d) Haltu áfram með wokið á háum hita og bætið 1 matskeið af olíu út í ásamt hvítlauknum og rifnum engifer.

e) Eftir nokkrar sekúndur, bætið skalottlaukunum út í. Hrærið í 20 sekúndur og bætið lauknum, chilipiparnum, basilíkunni, barnamaísnum og Shaoxing-víninu út í. Hrærið í 20 sekúndur í viðbót og bætið hrísgrjónanúðlunum út í. Notaðu ausuhreyfingu til að blanda öllu saman í eina mínútu í viðbót þar til núðlurnar hitna.

f) Næst skaltu bæta við tilbúinni sósublöndunni og hræra við hæsta hita í um það bil 1 mínútu þar til núðlurnar eru orðnar einsleitar á litinn. Gættu þess að nota málmspaða til að skafa botninn á wokinu til að koma í veg fyrir að það festist.

g) Bætið steiktum kjúklingnum út í og hrærið í 1 til 2 mínútur í viðbót. Berið fram!

72. Sichuan dan dan núðlur

Hráefni :

Fyrir chili olíuna:
- 2 matskeiðar Sichuan piparkorn
- 1 tommu langt stykki af kanil
- 2ja stjörnu anís
- 1 bolli olía
- ¼ bolli muldar rauðar piparflögur

Fyrir kjötið og sui mi ya cai:
- 3 tsk olía (skipt)
- 8 únsur. svínakjöt
- 2 tsk sæt baunasósa eða hoisin sósa
- 2 tsk shaoxing vín
- 1 tsk dökk sojasósa
- ½ tsk fimm kryddduft
- ⅓ bolli sui mi ya cai

Fyrir sósuna:
- 2 matskeiðar sesammauk (tahini)
- 3 matskeiðar sojasósa
- 2 tsk sykur
- ¼ teskeið fimm kryddduft
- ½ tsk Sichuan piparkornsduft
- ½ bolli af tilbúnu chili olíunni þinni
- 2 hvítlauksgeirar, mjög smátt saxaðir
- ¼ bolli heitt eldunarvatn úr núðlunum

Fyrir núðlurnar og grænmetið:

- 1 pund ferskar eða þurrkaðar hvítar núðlur, meðalþykkar
- 1 lítið búnt laufgrænt (spínat, bok choy eða choy sum)

Til að setja saman:
- saxaðar jarðhnetur (valfrjálst)
- saxaður rauðlaukur

Leiðbeiningar :
a) Til að búa til kjötblönduna: Hitið teskeið af olíu í wok yfir miðlungshita og brúnið svínakjötið. Bætið við sætu baunasósunni, shaoxing-víni, dökku sojasósu og fimm kryddufti. Eldið þar til allur vökvinn er gufaður upp. Setja til hliðar. Hitið hinar 2 tsk af olíu í wokinu við meðalhita og steikið sui mi ya cai (súrt grænmeti) í nokkrar mínútur. Setja til hliðar.
b) Til að búa til sósuna: Blandið öllu hráefninu í sósuna saman. Smakkaðu og stilltu kryddið ef þú vilt. Þú getur losað það með meira heitu vatni, bætt við meira Sichuan piparkornsdufti .
c) Til að undirbúa núðlurnar og grænmetið: Eldið núðlurnar samkvæmt leiðbeiningum á umbúðum og skolið af. Blasaðu grænmetið í núðluvatninu og skolaðu af.

d) Skiptið sósunni í fjórar skálar, fylgt eftir með núðlunum og laufgrænu. Bætið soðnu svínakjöti og sui mi ya cai ofan á. Stráið söxuðum hnetum yfir (valfrjálst) og lauk.

e) Blandið öllu saman og njótið!

73. Heit-og-súr súpa

Hráefni :

- 4 aura beinlaus svínahryggur, skorinn í ¼ tommu þykkar ræmur
- 1 matskeið dökk sojasósa
- 4 þurrkaðir shiitake sveppir
- 8 þurrkaðir trjáeyrnasveppir
- 1½ matskeiðar maíssterkju
- ¼ bolli ókryddað hrísgrjónaedik
- 2 matskeiðar létt sojasósa
- 2 tsk sykur
- 1 tsk steikt chiliolía
- 1 tsk malaður hvítur pipar
- 2 matskeiðar jurtaolía
- 1 afhýdd fersk engifersneið, á stærð við fjórðung
- Kosher salt
- 4 bollar natríumsnautt kjúklingasoð
- 4 aura þétt tófú, skolað og skorið í ¼ tommu ræmur

- 1 stórt egg, létt þeytt
- 2 laukar, þunnar sneiðar, til skrauts

Leiðbeiningar :

a) Í skál, kastaðu svínakjöti og dökku soja til að hjúpa. Setja til hliðar.

b) Setjið báða sveppina í hitaþolna skál og hyljið með sjóðandi vatni. Leggið sveppina í bleyti þar til þeir eru mjúkir, um 20 mínútur. Hellið $\frac{1}{4}$ bolla af sveppavatninu af í mæliglas úr gleri og setjið til hliðar. Tæmið og fargið restinni af vökvanum. Skerið shiitake sveppina þunnt og skerið trjáeyrnasveppina í hæfilega bita. Setjið báða sveppina aftur í skálina og setjið til hliðar.

c) Hrærið maíssterkjuna út í frátekinn sveppavökva þar til maíssterkjan hefur leyst upp. Hrærið ediki, ljósu soja, sykri, chiliolíu og hvítum pipar út í þar til sykurinn hefur leyst upp. Setja til hliðar.

d) Hitið wok við meðalháan hita þar til vatnsdropi síast og gufar upp við snertingu. Hellið jurtaolíu út í og hrærið til að húða botninn á wokinu. Kryddið olíuna með því að bæta við engiferinu og smá salti. Leyfðu engiferinu að malla í olíunni í um það bil 30 sekúndur, hrærðu varlega.

e) Færið svínakjötið yfir í wokið og hrærið í um það bil 3 mínútur þar til svínakjötið er ekki lengur bleikt. Fjarlægðu engiferið og fargið. Bætið soðinu út í og látið suðuna koma upp. Lækkið að suðu og hrærið sveppunum saman við. Hrærið tófúinu saman við og látið malla í 2 mínútur. Hrærið maíssterkjublöndunni saman við og hitinn aftur í meðalháan, hrærið þar til súpan þykknar, um það bil 30 sekúndur. Lækkið hitann niður í suðu.

f) Dýfðu gaffli í þeytta eggið og dragðu það síðan í gegnum súpuna, hrærðu varlega á meðan þú ferð.

74. Svínakjöt Congee

Hráefni :

- 10 bollar vatn
- ¾ bolli jasmín hrísgrjón, skoluð og tæmd
- 1 tsk kosher salt
- 2 tsk skrældar hakkað ferskt engifer
- 2 hvítlauksrif, söxuð
- 1 matskeið ljós sojasósa, auk meira til að bera fram
- 2 tsk Shaoxing hrísgrjónavín
- 2 tsk maíssterkju
- 6 aura svínakjöt
- 2 matskeiðar jurtaolía
- Súrsað kínverskt grænmeti, þunnt sneið, til framreiðslu (valfrjálst)
- Scallion-Engiferolía, til að bera fram (valfrjálst)
- Steikt chiliolía, til að bera fram (valfrjálst)
- Sesamolía, til að bera fram (valfrjálst)

Leiðbeiningar :

a) Látið suðuna koma upp í þykkbotna potti. Hrærið hrísgrjónum og salti saman við og lækkið hitann niður í suðu. Setjið lok á og eldið, hrærið af og til, í um það bil 1½ klukkustund, þar til hrísgrjónin eru orðin mjúk grautalík.

b) Hrærið engifer, hvítlauk, ljósu soja, hrísgrjónavíni og maíssterkju saman í miðlungs skál meðan steikið er að elda. Bætið svínakjöti út í og leyfið því að marinerast í 15 mínútur.

c) Hitið wok við meðalháan hita þar til vatnsdropi síast og gufar upp við snertingu. Hellið jurtaolíu út í og hrærið til að húða botninn á wokinu. Bætið svínakjöti út í og hrærið, hrærið og brjótið kjötið í um það bil 2 mínútur.

d) Eldið í 1 til 2 mínútur í viðbót án þess að hræra til að fá smá karamellu.

e) Berið congee fram í súpuskálum toppað með steiktu svínakjöti. Skreytið með áleggi að eigin vali.

75. Steikt hrísgrjón með rækjum, eggi og lauk

Hráefni :

- 2 matskeiðar jurtaolía
- Kosher salt
- 1 stórt egg, þeytt
- ½ pund rækja (hvaða stærð sem er), afhýdd, veidd og skorin í hæfilega stóra bita
- 1 tsk afhýdd fínt hakkað ferskt engifer
- 2 hvítlauksgeirar, smátt saxaðir
- ½ bolli frosnar baunir og gulrætur
- 2 laukar, þunnar sneiðar, skipt
- 3 bollar köld soðin hrísgrjón
- 3 matskeiðar ósaltað smjör
- 1 msk ljós sojasósa
- 1 matskeið sesamolía

Leiðbeiningar :

a) Hitið wok við meðalháan hita þar til vatnsdropi síast og gufar upp við snertingu. Hellið jurtaolíu út í og hrærið til að húða botninn á wokinu. Kryddið olíuna með því að bæta við smá klípu af salti. Bætið egginu út í og hrærið hratt.

b) Þrýstu egginu að hliðum woksins til að búa til miðjuhring og bætið rækjunum, engiferinu og hvítlauknum saman við. Hrærið rækjurnar með smá klípu af salti í 2 til 3 mínútur þar til þær verða ógagnsæjar og bleikar. Bætið baunum og gulrótum og helmingnum af rauðlauknum út í og hrærið í aðra mínútu.

c) Bætið hrísgrjónunum út í, brjótið upp alla stóra kekki og hrærið og snúið við til að sameina allt hráefnið. Hrærið í 1 mínútu, ýtið því næst öllu á hliðar woksins og skilið eftir holu í botni woksins.

d) Bætið smjörinu og ljósu sojanum út í, látið smjörið bráðna og kúla, blandið síðan öllu saman til að hjúpa, um það bil 30 sekúndur.

e) Dreifðu steiktu hrísgrjónunum í jöfnu lagi í wokinu og láttu hrísgrjónin sitja við wokið í um það bil 2 mínútur til að stökka aðeins. Dreypið sesamolíu yfir og kryddið með annarri smá klípu af salti. Færið yfir á fat og berið fram strax, skreytið með afganginum af lauknum.

76. Reykt silungssteikt hrísgrjón

Hráefni :

- 2 stór egg
- 1 tsk sesamolía
- Kosher salt
- Malaður hvítur pipar
- 1 msk ljós sojasósa
- ½ tsk sykur
- 3 matskeiðar ghee eða jurtaolía, skipt
- 1 tsk afhýdd fínt hakkað ferskt engifer
- 2 hvítlauksgeirar, smátt saxaðir
- 3 bollar köld soðin hrísgrjón
- 4 aura reyktur silungur, brotinn í hæfilega bita
- ½ bolli þunnt sneið hjörtu af romaine salati
- 2 laukar, þunnar sneiðar
- ½ tsk hvít sesamfræ

Leiðbeiningar :

a) Í stórri skál, þeytið eggin með sesamolíu og smá salti og hvítum pipar þar til þau eru rétt sameinuð. Hrærið ljósu sojanum og sykrinum saman í lítilli skál til að leysa upp sykurinn. Setja til hliðar.

b) Hitið wok við meðalháan hita þar til vatnsdropi síast og gufar upp við snertingu. Hellið 1 matskeið af ghee út í og hrærið til að húða botninn á wokinu. Bætið eggjablöndunni saman við og hristið eggin með hitaþolnum spaða og hristið til að elda. Færið eggin yfir á disk þegar þau eru nýsoðin en ekki þurr.

c) Bætið hinum 2 matskeiðum af ghee í wokið ásamt engiferinu og hvítlauknum. Hrærið hratt þar til hvítlaukurinn og engiferið verður aðeins arómatískt, en passið að láta það ekki brenna. Bætið hrísgrjónum og sojablöndunni saman við og hrærið saman. Haltu áfram að hræra, um 3 mínútur. Bætið silungnum og soðnu egginu út í og hrærið til að brjóta þá í sundur, um 20 sekúndur. Bætið salatinu og lauknum út í og hrærið þar til þau eru bæði ljósgræn.

d) Færið yfir á fat og stráið sesamfræjunum yfir.

77. Spam Steikt hrísgrjón

Hráefni :

- 1 matskeið jurtaolía
- 2 skrældar ferskar engifer sneiðar
- Kosher salt
- 1 (12 aura) dós Ruslpóstur, skorinn í ½ tommu teninga
- ½ hvítlaukur, skorinn í ¼ tommu teninga
- 2 hvítlauksgeirar, smátt saxaðir
- ½ bolli frosnar baunir og gulrætur
- 2 laukar, þunnar sneiðar, skipt
- 3 bollar köld soðin hrísgrjón
- ½ bolli niðursoðinn ananasbitar, safi frátekinn
- 3 matskeiðar ósaltað smjör
- 2 matskeiðar létt sojasósa
- 1 tsk sriracha
- 1 tsk ljós púðursykur
- 1 matskeið sesamolía

Leiðbeiningar :

a) Hitið wok við meðalháan hita þar til vatnsdropi síast og gufar upp við snertingu. Hellið jurtaolíu út í og hrærið til að húða botninn á wokinu. Kryddið olíuna með því að bæta við engiferinu og smá klípu af salti. Leyfðu engiferinu að malla í olíunni í um það bil 30 sekúndur, hrærðu varlega.

b) Bætið í hægelduðum ruslpósti og dreifið því jafnt yfir botn woksins. Láttu ruslpóstinn bruna áður en þú kastar og flettir. Haltu áfram að hræra í ruslpóstinum í 5 til 6 mínútur þar til það verður gullið og stökkt á öllum hliðum.

c) Bætið lauknum og hvítlauknum út í og hrærið í um það bil 2 mínútur þar til laukurinn fer að verða hálfgagnsær. Bætið baunum og gulrótum og helmingnum af rauðlauknum út í. Hrærið í eina mínútu í viðbót.

d) Kasta út í hrísgrjónum og ananas, brjóta upp allar stórar hrísgrjónaklumpar og henda og snúa til að sameina öll innihaldsefnin. Hrærið í 1 mínútu, ýtið því næst öllu á hliðar woksins og skilið eftir holu í botni woksins.

e) Bætið við smjöri, áskilnum ananasafa, ljósu soja, sriracha og púðursykri. Hrærið til að sykurinn leysist upp og látið suðuna koma upp, eldið síðan í um það bil eina mínútu til að draga úr sósunni og þykkna hana aðeins. Sameina allt til að húða, um 30 sekúndur.

f) Dreifðu steiktu hrísgrjónunum í jöfnu lagi í wokinu og láttu hrísgrjónin sitja á móti wokinu til að stökka aðeins, um það bil 2 mínútur. Fjarlægðu engiferið og fargið. Dreypið sesamolíu yfir og kryddið með annarri smá klípu af salti. Færið yfir á fat og skreytið með afganginum af lauknum. Berið fram strax.

78. Gufusoðin hrísgrjón með Lap Cheung og Bok Choy

Hráefni :

- 1½ bolli jasmín hrísgrjón
- 4 lap cheung (kínversk pylsa) hlekkir eða spænskur chorizo
- 4 baby bok choy höfuð, hver skorinn í 6 báta
- ¼ bolli jurtaolía
- 1 lítill skalottur, þunnt skorinn
- 1 tommu ferskt engiferstykki, skrælt og smátt saxað
- 1 hvítlauksgeiri, afhýddur og smátt saxaður
- 2 tsk ljós sojasósa
- 1 matskeið dökk sojasósa
- 2 tsk Shaoxing hrísgrjónavín
- 1 tsk sesamolía
- Sykur

Leiðbeiningar :
a) Skolaðu og þvoðu hrísgrjónin í blöndunarskál 3 eða 4 sinnum undir köldu vatni, þvoðu hrísgrjónunum í vatninu til að skola sterkjuna af. Hyljið hrísgrjónin með köldu vatni og látið liggja í bleyti í 2 klst. Tæmið hrísgrjónin í gegnum fínmöskju sigti.

b) Skolaðu tvær bambusgufukörfur og lok þeirra undir köldu vatni og settu eina körfu í wokið. Hellið 2 tommu af vatni út í, eða nóg til að vatnsborðið komist um ¼ til ½ tommu fyrir ofan neðri brún gufuskipsins en ekki svo hátt að vatnið snerti botn gufuskipsins.

c) Klæðið disk með stykki af ostaklút og bætið helmingnum af hrísgrjónunum í bleyti á diskinn. Raðið 2 pylsum og helmingnum af bok choy ofan á og bindið ostaklútinn lauslega saman svo það sé nóg pláss í kringum hrísgrjónin svo þau geti stækkað. Settu diskinn í gufukörfuna. Endurtaktu ferlið með öðrum disk, meira ostaklút, og afganginum af pylsunni og bok choy í annarri gufukörfunni, stafaðu henni síðan ofan á þá fyrstu og hyldu.

d) Snúðu hitann í meðalháan og láttu vatnið sjóða. Gufðu hrísgrjónin í 20 mínútur, athugaðu vatnshæðina oft og bættu við eftir þörfum.

e) Á meðan hrísgrjónin eru að gufa, hitaðu jurtaolíuna í litlum potti yfir miðlungshita þar til hún byrjar að reykja. Slökkvið á hitanum og bætið skalottlaukur, engifer og hvítlauk út í. Hrærið saman og bætið ljósu soja, dökku soja, hrísgrjónavíni, sesamolíu og klípu af sykri saman við. Setjið til hliðar til að kólna.

f) Þegar hrísgrjónin eru tilbúin skaltu losa ostaklútinn varlega og flytja hrísgrjónin og bok choyið á fat. Skerið pylsurnar á ská og raðið ofan á hrísgrjónin. Berið fram með engifer sojaolíu til hliðar.

79. Nautnúðlusúpa

Hráefni :

- ¾ pund nautalundir, þunnar sneiðar þvert á kornið
- 2 tsk matarsódi
- 4 matskeiðar Shaoxing hrísgrjónavín, skipt
- 4 matskeiðar ljós sojasósa, skipt
- 2 tsk maíssterkju, skipt
- 1 tsk sykur
- Nýmalaður svartur pipar
- 3 matskeiðar jurtaolía, skipt
- 2 tsk kínverskt fimm kryddduft
- 4 skrældar ferskar engifersneiðar
- 2 hvítlauksrif, afhýdd og mulin
- 4 bollar nautakraftur
- ½ pund þurrkaðar kínverskar núðlur (hvaða sem er)
- 2 baby bok choy hausar, kvartaðir
- 1 msk Scallion-Engiferolía

Leiðbeiningar :

a) Í lítilli skál, kastaðu nautakjötinu með matarsódanum og láttu það standa í 5 mínútur. Skolið nautakjötið og þurrkið það með pappírshandklæði.

b) Í annarri skál, blandið nautakjöti með hrísgrjónavíni, ljósu soja, maíssterkju, sykrinum, salti og pipar. Marineraðu.

c) Blandið saman hinum 3 msk af hrísgrjónavíni, 3 msk af ljósu soja og 1 tsk af maíssterkju í glermælingarbolla og setjið til hliðar.

d) Hitið wok við meðalháan hita þar til vatnsdropi síast og gufar upp við snertingu. Hellið 2 matskeiðum af jurtaolíu út í og hrærið til að húða botninn á wokinu. Bætið nautakjöti og fimm krydddufti út í og eldið í 3 til 4 mínútur, hrærið af og til, þar til það er aðeins brúnt. Færið nautakjötið yfir í hreina skál og setjið til hliðar.

e) Þurrkaðu wokið hreint og settu það aftur á miðlungshita. Bætið 1 matskeið af jurtaolíu sem eftir er út í og hrærið til að húða botninn á wokinu. Bætið engiferinu, hvítlauknum og smá salti saman við til að krydda olíuna. Leyfðu engiferinu og hvítlauknum að malla í olíunni í um það bil 10 sekúndur, hrærðu varlega.

f) Hellið sojasósublöndunni út í og látið suðuna koma upp. Hellið soðinu út í og látið suðuna koma upp aftur. Lækkið að suðu og setjið nautakjötið aftur í wokið. Látið malla í 10 mínútur.

g) Á meðan skaltu koma upp stórum potti af vatni við háan hita. Bætið núðlunum út í og eldið samkvæmt leiðbeiningum á pakka. Takið núðlurnar út með því að nota wok-skinn og skolið af. Bætið bok choy við sjóðandi vatnið og eldið í 2 til 3 mínútur, þar til skærgrænt og mjúkt. Takið bok choy út og setjið í skál. Notaðu töng til að henda núðlunum með kál-engiferolíu til að hjúpa. Skiptið núðlunum og bok choy í súpuskálar.

80. Hvítlauksnúðlur

Hráefni :

- ½ pund ferskar kínverskar eggjanúðlur, soðnar
- 2 matskeiðar sesamolía, skipt
- 2 matskeiðar ljós púðursykur
- 2 matskeiðar ostrusósa
- 1 msk ljós sojasósa
- ½ tsk malaður hvítur pipar
- 6 matskeiðar ósaltað smjör
- 8 hvítlauksgeirar, smátt saxaðir
- 6 laukar, þunnar sneiðar

Leiðbeiningar :

a) Dreifið núðlunum með 1 matskeið af sesamolíu og blandið til að hjúpa. Setja til hliðar.

b) Hrærið saman púðursykri, ostrusósu, ljósri soja og hvítum pipar í lítilli skál. Setja til hliðar.

c) Hitið wok við meðalháan hita og bræðið smjörið. Bætið hvítlauknum og helmingnum af rauðlauknum út í. Hrærið í 30 sekúndur.

d) Hellið sósunni út í og hrærið saman við smjörið og hvítlaukinn. Látið suðuna koma upp og bætið núðlunum út í. Kasta núðlunum til að hjúpa með sósu þar til þær eru hitnar í gegn.

81. Singapore núðlur

Hráefni :

- ½ pund þurrkaðir vermicelli núðlur úr hrísgrjónum
- ½ pund meðalstór rækja, afhýdd og afveguð
- 3 matskeiðar kókosolía, skipt
- Kosher salt
- 1 lítill hvítur laukur, þunnt sneið í strimla
- ½ græn paprika, skorin í þunnar strimla
- ½ rauð paprika, skorin í þunnar strimla
- 2 hvítlauksgeirar, smátt saxaðir
- 1 bolli frosnar baunir, þiðnar
- ½ pund kínverskt svínakjöt, skorið í þunnar strimla
- 2 tsk karrýduft
- Nýmalaður svartur pipar
- Safi úr 1 lime
- 8 til 10 ferskir kóríandergreinar

Leiðbeiningar :

a) Látið sjóða í stórum potti af vatni við háan hita. Slökkvið á hitanum og bætið núðlunum út í. Leggið í bleyti í 4 til 5 mínútur, þar til núðlurnar eru ógagnsæjar. Tæmið núðlurnar varlega í sigti. Skolið núðlurnar með köldu vatni og setjið til hliðar.

b) Kryddið rækjurnar í lítilli skál með fiskisósunni (ef það er notað) og setjið til hliðar í 5 mínútur. Ef þú vilt ekki nota fiskisósu skaltu nota klípa af salti til að krydda rækjuna í staðinn.

c) Hitið wok við meðalháan hita þar til vatnsdropi síast og gufar upp við snertingu. Hellið 2 matskeiðum af kókosolíu út í og hrærið til að húða botninn á wokinu. Kryddið olíuna með því að bæta við smá klípu af salti. Bætið rækjunni við og hrærið í 3 til 4 mínútur, eða þar til rækjurnar verða bleikar. Færið yfir í hreina skál og setjið til hliðar.

d) Bætið 1 matskeiðinni sem eftir er af kókosolíu út í og hrærið til að hjúpa wokið. Hrærið laukinn, paprikuna og hvítlaukinn í 3 til 4 mínútur þar til laukurinn og paprikan eru mjúk. Bætið baunum út í og hrærið þar til þær eru aðeins orðnar í gegn, um það bil eina mínútu.

e) Bætið svínakjöti út í og setjið rækjuna aftur í wokið. Hrærið saman við karrýduftið og kryddið með salti og pipar. Bætið núðlunum saman við og blandið saman. Núðlurnar fá ljómandi gullgulan lit þegar þú heldur áfram að kasta þeim varlega með hinu hráefninu. Haltu áfram að hræra og hræra í um það bil 2 mínútur, þar til núðlurnar eru hitnar í gegn.

f) Færið núðlurnar yfir á fat, dreypið limesafanum yfir og skreytið með kóríander. Berið fram strax.

82. Glernúðlur með Napa hvítkáli

Hráefni :

- ½ pund þurrkaðar sætkartöflunúðlur eða mung baunanúðlur
- 2 matskeiðar létt sojasósa
- 2 tsk dökk sojasósa
- 1 msk ostrusósa
- 1 tsk sykur
- 2 matskeiðar jurtaolía
- 2 skrældar ferskar engifer sneiðar
- Kosher salt
- 1 tsk Sichuan piparkorn
- 1 lítið höfuð napa hvítkál, skorið í hæfilega bita
- ½ pund grænar baunir, snyrtar og helmingaðar
- 3 laukar, gróft saxaðir

Leiðbeiningar :

a) Mýkið núðlurnar í stórri skál með því að leggja þær í bleyti í heitu vatni í 10 mínútur, eða þar til þær eru mjúkar. Tæmið núðlurnar varlega í sigti. Skolið með köldu vatni og setjið til hliðar.

b) Blandið saman ljósu soja, dökku soja, ostrusósu og sykri í lítilli skál. Setja til hliðar.

c) Hitið wok við meðalháan hita þar til vatnsdropi síast og gufar upp við snertingu. Hellið olíunni út í og hrærið til að húða botninn á wokinu. Kryddið olíuna með því að bæta við engiferinu, smá klípu af salti og Sichuan piparkornunum. Leyfðu engiferinu að malla í olíunni í um það bil 30 sekúndur, hrærðu varlega. Takið engifer og piparkorn upp úr og fargið.

d) Bætið napa kálinu og grænu baunum í wokið og hrærið, hrærið og snúið við í 3 til 4 mínútur, þar til grænmetið er visnað. Hellið sósunni út í og blandið saman.

e) Bætið núðlunum saman við og blandið saman við sósuna og grænmetið. Lokið og lækkið hitann í miðlungs. Eldið í 2 til 3 mínútur, eða þar til núðlurnar verða gagnsæjar og grænu baunirnar eru mjúkar.

f) Hækkið hitann í meðalháan og takið af wokinu. Hrærið, hrærið og ausið í 1 til 2 mínútur í viðbót þar til sósan þykknar aðeins. Færið yfir á fat og skreytið með lauknum. Berið fram heitt.

83.   Hakka núðlur

Hráefni :

- ¾ pund ferskar hveiti-undirstaða núðlur
- 3 matskeiðar sesamolía, skipt
- 2 matskeiðar létt sojasósa
- 1 matskeið hrísgrjónaedik
- 2 tsk ljós púðursykur
- 1 tsk sriracha
- 1 tsk steikt chiliolía
- Kosher salt
- Malaður hvítur pipar
- 2 matskeiðar jurtaolía
- 1 matskeið afhýdd fínt hakkað ferskt engifer
- ½ höfuð grænkál, rifið niður
- ½ rauð paprika, skorin í þunnar strimla
- ½ rauðlaukur, skorinn í þunnar lóðréttar strimla
- 1 stór gulrót, afhýdd og söxuð
- 2 hvítlauksgeirar, smátt saxaðir

- 4 laukar, þunnar sneiðar

Leiðbeiningar :

a) Látið suðu koma upp í potti með vatni og eldið núðlurnar samkvæmt leiðbeiningum á pakka. Tæmið, skolið og blandið með 2 matskeiðar af sesamolíu. Setja til hliðar.

b) Í lítilli skál, hrærið saman ljós soja, hrísgrjón edik, púðursykur, sriracha, chili olíu, og klípa af salti og hvítum pipar. Setja til hliðar.

c) Hitið wok við meðalháan hita þar til vatnsdropi síast og gufar upp við snertingu. Hellið jurtaolíu út í og hrærið til að húða botninn á wokinu. Kryddið olíuna með því að bæta við engiferinu og smá klípu af salti. Leyfðu engiferinu að malla í olíunni í um það bil 10 sekúndur, hrærðu varlega.

d) Bætið hvítkálinu, paprikunni, lauknum og gulrótinni út í og hrærið í 4 til 5 mínútur, eða þar til grænmetið er meyrt og laukurinn byrjar að karamellisera aðeins. Bætið hvítlauknum út í og hrærið þar til ilmandi, um 30 sekúndur lengur. Hrærið sósublöndunni saman við og látið suðuna koma upp. Lækkið hitann í miðlungs og látið sósuna malla í 1 til 2 mínútur. Bætið lauknum saman við og blandið saman.

e) Bætið núðlunum saman við og blandið saman. Hækkið hitann í meðalháan og hrærið í 1 til 2 mínútur til að hita núðlurnar. Flyttu yfir á fat, dreifðu yfir 1 matskeið af sesamolíu sem eftir er og berið fram heitt.

84. Pad Sjá við

Hráefni :

- 2 tsk dökk sojasósa
- 2 tsk maíssterkju
- 2 tsk fiskisósa, skipt
- ½ tsk kosher salt
- Malaður hvítur pipar
- ¾ punda hliðarsteik eða hryggsteik, sneið yfir kornið í ⅛ tommu þykkar sneiðar
- 2 matskeiðar ostrusósa
- 1 msk ljós sojasósa
- ½ tsk sykur
- 1½ pund ferskar breiðar hrísgrjónanúðlur eða þurrkaðar hrísgrjónanúðlur
- 5 matskeiðar jurtaolía, skipt
- 4 hvítlauksgeirar, þunnar sneiðar
- 1 búnt kínverskt spergilkál (gai lan), stilkar skornir á ská í ½ tommu bita, blöð skorin í hæfilega stóra bita

- 2 stór egg, þeytt

Leiðbeiningar :

a) Hrærið saman dökku soja, maíssterkju, fiskisósu, salti og smá hvítum pipar í blöndunarskál. Bætið nautakjötssneiðunum út í og blandið til að hjúpa. Setjið til hliðar til að marinerast í 10 mínútur.

b) Í annarri skál, hrærið saman ostrusósu, ljósu soja, 1 tsk af fiskisósu sem eftir er og sykur. Setja til hliðar.

c) Hitið wok við meðalháan hita þar til vatnsdropi síast og gufar upp við snertingu. Hellið 2 matskeiðum af olíu út í og hrærið til að húða botninn á wokinu. Notaðu töng til að flytja nautakjötið í wokið og geymdu marineringuna. Steikið nautakjötið á móti wokinu í 2 til 3 mínútur, þar til það er brúnt og steikt skorpa myndast. Setjið nautakjötið aftur í marineringsskálina og hrærið ostrusósublöndunni saman við.

d) Bætið 2 matskeiðum af olíu í viðbót og hrærið hvítlaukinn í 30 sekúndur. Bætið kínverska spergilkálinu út í og hrærið í 45 sekúndur, haltu öllu á hreyfingu til að koma í veg fyrir að hvítlaukurinn brenni.

e) Þrýstu spergilkálsstönglunum að hliðum woksins og skildu botninn eftir tóman. Bætið 1 matskeið af olíu sem eftir er út í og hrærið eggjunum í brunninn og blandið þeim síðan saman.

f) Bætið núðlunum, sósunni og nautakjöti saman við og hrærið og snúið hratt til að sameina allt hráefnið, hrærið í 30 sekúndur í viðbót. Bætið spergilkálinu út í og hrærið í 30 sekúndur í viðbót, eða þar til blöðin byrja að visna. Setjið aftur á fat og berið fram strax.

85.   Kjúklingur Chow Mein

Hráefni :

- ½ pund ferskar þunnar eggjanúðlur að hætti Hong Kong
- 1½ msk sesamolía, skipt
- 2 tsk Shaoxing hrísgrjónavín
- 2 tsk ljós sojasósa
- Malaður hvítur pipar
- ½ pund kjúklingalæri, skorið í þunnar strimla
- ¼ bolli natríumsnautt kjúklingasoð
- 2 tsk dökk sojasósa
- 2 tsk ostrusósa
- 2 tsk maíssterkju
- 4 matskeiðar jurtaolía, skipt
- 3 höfuð baby bok choy, skorin í hæfilega stóra bita
- 2 hvítlauksgeirar, smátt saxaðir
- 1 stór handfylli (2 til 3 aura) mung baunaspírur

Leiðbeiningar :

a) Látið suðu koma upp í potti með vatni og eldið núðlurnar samkvæmt leiðbeiningum á pakka. Geymið 1 bolla af eldunarvatninu og tæmdu núðlurnar í sigti. Skolið núðlurnar með köldu vatni og hellið 1 matskeið af sesamolíu yfir. Kasta til að húða og setja til hliðar.

b) Blandið saman hrísgrjónavíni, ljósu soja og smá hvítum pipar í blöndunarskál. Kasta kjúklingabitunum til að hjúpa og marinera í 10 mínútur. Hrærið saman kjúklingasoðinu, dökku soja, ½ matskeið af sesamolíu, ostrusósu og maíssterkju í lítilli skál. Setja til hliðar.

c) Hitið wok við meðalháan hita þar til vatnsdropi síast og gufar upp við snertingu. Hellið 3 matskeiðum af jurtaolíu út í og hrærið til að húða botninn á wokinu. Bætið núðlunum í einu lagi og steikið í 2 til 3 mínútur, eða þar til þær eru gullinbrúnar. Snúðu núðlunum varlega við og steiktu á hinni hliðinni í 2 mínútur í viðbót, eða þar til núðlurnar eru orðnar stökkar og brúnar og hafa myndast lausa köku. Færið yfir á pappírsklædda disk og setjið til hliðar.

d) Bætið 1 matskeiðinni sem eftir er af jurtaolíu út í og hrærið kjúklinginn og marineringuna í 2 til 3 mínútur þar til kjúklingurinn er ekki lengur bleikur og marineringin hefur gufað upp. Bætið við bok choy og hvítlauk, hrærið þar til bok choy stilkarnir eru mjúkir, um það bil eina mínútu í viðbót.

e) Hellið sósunni út í og blandið saman við kjúklinginn og bok choyið.

f) Skilaðu núðlunum aftur og taktu núðlurnar með kjúklingnum og grænmetinu með því að ausa og lyfta í um það bil 2 mínútur þar til þær eru húðaðar með sósunni. Ef núðlurnar virðast svolítið þurrar skaltu bæta við matskeið eða svo af afteknu eldunarvatni um leið og þú kastar. Bætið baunaspírunum út í og hrærið, lyftið og ausið í 1 mínútu í viðbót.

g) Færið yfir á fat og berið fram heitt.

86. Nautakjöt Lo Mein

Hráefni :

- ½ pund ferskar lo mein eggjanúðlur, soðnar
- 2 matskeiðar sesamolía, skipt
- 2 matskeiðar Shaoxing hrísgrjónavín
- 2 matskeiðar maíssterkju, skipt
- 2 matskeiðar dökk sojasósa
- Malaður hvítur pipar
- ½ pund nautalundir, skornar þvert yfir kornið í þunnar strimla
- 3 matskeiðar jurtaolía, skipt
- 2 skrældar ferskar engifersneiðar, hver um sig á stærð við fjórðung
- Kosher salt
- ½ rauð paprika, skorin í þunnar strimla
- 1 bolli snjóbaunir, strengir fjarlægðir
- 2 hvítlauksgeirar, smátt saxaðir
- 2 bollar mung baunaspírur

Leiðbeiningar :

a) Dreifið núðlunum með 1 matskeið af sesamolíu og blandið til að hjúpa. Setja til hliðar.

b) Hrærið saman hrísgrjónavíni, 2 tsk af maíssterkju, dökkri soja og ríkulegri klípu af hvítum pipar í blöndunarskál. Bætið nautakjöti út í og blandið saman við. Setjið til hliðar í 10 mínútur til að marinerast.

c) Hitið wok við meðalháan hita þar til vatnsdropi síast og gufar upp við snertingu. Hellið jurtaolíu út í og hrærið til að húða botninn á wokinu. Kryddið olíuna með því að bæta við engiferinu og smá klípu af salti. Leyfðu engiferinu að malla í olíunni í um það bil 30 sekúndur, hrærðu varlega. Bætið nautakjötinu út í, geymið marineringuna og steikið við wokið í 2 til 3 mínútur. Hrærið og snúið nautakjötinu við, hrærið í 1 mínútu í viðbót, eða þar til það er ekki lengur bleikt. Færið í skál og setjið til hliðar.

d) Bætið 1 matskeiðinni sem eftir er af jurtaolíu út í og hrærið paprikuna, hrærið og snúið við í 2 til 3 mínútur, þar til hún er mjúk. Bætið snjóbaununum og hvítlauknum út í, hrærið í eina mínútu í viðbót, eða þar til hvítlaukurinn er ilmandi.

e) Þrýstu öllu hráefninu á hliðar woksins og helltu afganginum af sesamolíu, frátekinni marinade, maíssterkju sem eftir er og matreiðsluvatni út í. Hrærið saman og látið suðuna koma upp. Setjið nautakjötið aftur í wokið og blandið saman við grænmetið í 1 til 2 mínútur.

f) Kasta lo mein núðlunum með nautakjöti og grænmeti þar til núðlurnar eru húðaðar með sósunni. Bætið baunaspírunum saman við og blandið saman. Fjarlægðu og fargaðu engiferinu. Færið yfir á fat og berið fram.

87.   Dan Dan núðlur

Hráefni :

- ¾ pund þunnar hveitinúðlur
- 4 aura svínakjöt
- 4 matskeiðar jurtaolía, skipt
- 2 matskeiðar Shaoxing hrísgrjónavín, skipt
- Kosher salt
- ¼ bolli létt sojasósa
- 2 matskeiðar slétt hnetusmjör
- 1 matskeið svart edik
- 3 hvítlauksgeirar, smátt saxaðir
- 2 tsk ljós púðursykur
- 1 tsk Sichuan piparkorn, ristað og möluð
- 1 tommu stykki ferskt engifer, skrælt og smátt saxað
- 1 msk gerjaðar svartar baunir, skolaðar og saxaðar
- 2 lítil höfuð baby bok choy, gróft skorin
- 2 matskeiðar Steikt Chili Olía

- ½ bolli fínt saxaðar þurrristaðar jarðhnetur

Leiðbeiningar :

a) Látið suðu koma upp í stórum potti af vatni og eldið núðlurnar samkvæmt leiðbeiningum á pakka. Tæmið og skolið með köldu vatni og setjið til hliðar. Fylltu pottinn af fersku vatni og láttu suðuna koma upp á helluborðinu.

b) Blandið svínakjötinu saman við 1 matskeið af jurtaolíu, 1 matskeið af hrísgrjónavíni og klípa af salti í skál. Setjið til hliðar til að marinerast í 10 mínútur.

c) Þeytið saman 1 matskeið af hrísgrjónavíni, ljósu soja, hnetusmjöri, svörtu ediki, hvítlauk, púðursykri, Sichuan piparkornum, engifer og svörtum baunum í lítilli skál. Setja til hliðar.

d) Hitið wok við meðalháan hita þar til vatnsdropi síast og gufar upp við snertingu. Hellið 2 matskeiðum af jurtaolíu út í og hrærið til að húða botninn á wokinu. Bætið svínakjötinu út í og hrærið í 4 til 6 mínútur þar til það er brúnt og örlítið stökkt. Hellið sósublöndunni út í og blandið saman, látið malla í 1 mínútu. Færið yfir í hreina skál og setjið til hliðar.

e) Þurrkaðu af wokinu og bættu við 1 matskeið af jurtaolíu sem eftir er. Hrærið bok choyið fljótt í 1 til 2 mínútur, þar til það er bara visnað og mjúkt. Bætið við svínaskálina og hrærið saman.

f) Til að setja saman skaltu dýfa núðlunum í sjóðandi vatnið í 30 sekúndur til að hita þær aftur. Tæmið og skiptið þeim á 4 djúpar skálar.

88.   Beef Chow Gaman

Hráefni :

- ¼ bolli Shaoxing hrísgrjónavín
- ¼ bolli létt sojasósa
- 2 matskeiðar maíssterkju
- 1½ msk dökk sojasósa
- 1½ msk dökk sojasósa
- ½ tsk sykur
- ¾ punda hliðarsteik eða hryggsteik, skorin í sneiðar
- 1½ pund ferskar breiðar hrísgrjónanúðlur, soðnar
- 2 matskeiðar sesamolía, skipt
- 3 matskeiðar jurtaolía, skipt
- 4 skrældar ferskar engifersneiðar
- 8 rauðlaukar, helmingaðir langsum og skornir í 3 tommu bita
- 2 bollar ferskir mung baunaspírur

Leiðbeiningar :

a) Hrærið saman hrísgrjónavíni, ljósu soja, maíssterkju, dökku soja, sykri og smá hvítum pipar í blöndunarskál. Bætið nautakjöti út í og blandið saman við. Setjið til hliðar til að marinerast í að minnsta kosti 10 mínútur.

b) Hitið wok við meðalháan hita þar til vatnsdropi síast og gufar upp við snertingu. Hellið 2 matskeiðum af jurtaolíu út í og hrærið til að húða botninn á wokinu. Kryddið olíuna með því að bæta við engiferinu og smá salti. Leyfðu engiferinu að malla í olíunni í um það bil 30 sekúndur, hrærðu varlega.

c) Notaðu töng til að bæta nautakjötinu í wokið og geymdu marineringsvökvann. Steikið nautakjötið á móti wokinu í 2 til 3 mínútur, eða þar til steikt, brúnt skorpa myndast. Hrærið og snúið nautakjötinu í kringum wokinn í 1 mínútu í viðbót. Færið yfir í hreina skál og setjið til hliðar.

d) Bætið 1 matskeið af jurtaolíu í viðbót og hrærið laukinn í 30 sekúndur, eða þar til hann er mjúkur. Bætið núðlunum út í og lyftið með ausandi uppávið til að hjálpa til við að aðskilja núðlurnar ef þær hafa fest sig saman. Bætið matreiðsluvatninu út í, 1 matskeið í einu, ef núðlurnar hafa virkilega límt sig saman.

e) Setjið nautakjötið aftur í wokið og blandið saman við núðlurnar. Hellið fráteknu marineringunni út í og hrærið í 30 sekúndur til 1 mínútu, eða þar til sósan þykknar og hjúpar núðlurnar og þær verða djúpur, ríkur brúnn litur. Ef þú þarft á því að halda skaltu bæta við 1 matskeið af fráteknu eldunarvatni til að þynna út sósuna. Bætið baunaspírunum saman við og hrærið þar til það er aðeins hitað í gegn, um 1 mínútu. Fjarlægðu engiferið og fargið.

f) Færið yfir á fat og dreypið afganginum 1 matskeið af sesamolíu yfir. Berið fram heitt.

SÓSUR, SNÖL OG SNÆL

89. Svartbaunasósa

Hráefni

- ½ bolli gerjaðar svartar baunir, lagðar í bleyti
- 1 bolli jurtaolía, skipt
- 1 stór skalottlaukur, smátt saxaður
- 3 matskeiðar skrældar og saxaðar ferskt engifer
- 4 laukar, þunnar sneiðar
- 6 hvítlauksgeirar, smátt saxaðir
- ½ bolli Shaoxing hrísgrjónavín

Leiðbeiningar :

a) Hitið wok yfir meðalháan hita. Hellið ¼ bolla af olíu út í og hrærið til að hjúpa pönnuna. Bætið skalottlaukum, engifer, lauk og hvítlauk út í og hrærið í 1 mínútu, eða þar til blandan hefur mýkst.

b) Bætið svörtum baunum og hrísgrjónavíni saman við. Lækkið hitann í miðlungs og eldið í 3 til 4 mínútur, þar til blandan hefur minnkað um helming.

c) Flyttu blönduna í loftþétt ílát og kældu niður í stofuhita. Hellið hinum ¾ bolla af olíu yfir toppinn og hyljið vel. Geymið í kæli þar til það er tilbúið til notkunar.

d) Þessi ferska baunasósa geymist í kæli í loftþéttu íláti í allt að mánuð. Ef þú vilt geyma það lengur skaltu frysta það í smærri skömmtum.

90.   Scallion-Engifer olía

Hráefni

- 1½ bollar þunnt sneiðar laukur
- 1 msk afhýdd og smátt saxað ferskt engifer
- 1 tsk kosher salt
- 1 bolli jurtaolía

Leiðbeiningar :

a) Í hitaþolnu gleri eða ryðfríu stáli skál skaltu kasta lauknum, engiferinu og salti. Setja til hliðar.

b) Hellið olíunni í wok og hitið við miðlungsháan hita, þar til stykki af rauðlauksgrænum svíður strax þegar það er látið ofan í olíuna. Þegar olían er orðin heit skaltu taka wokið af hellunni og hella heitri olíu varlega yfir laukinn og engiferið. Blandan ætti að krauma um leið og þú hellir á og kúla upp. Hellið olíunni rólega svo hún komi ekki yfir.

c) Leyfið blöndunni að kólna alveg, um 20 mínútur. Hrærið, flytjið í loftþétta krukku og geymið í kæli í allt að 2 vikur.

91. XO sósa

Hráefni

- 2 bollar stór þurrkuð hörpuskel
- 20 þurrkaðir rauðir chili, stilkar fjarlægðir
- 2 ferskir rauðir chili, grófsaxaðir
- 2 skalottlaukar, gróft saxaðir
- 2 hvítlauksgeirar, gróft saxaðir
- ½ bolli litlar þurrkaðar rækjur
- 3 sneiðar beikon, hakkað
- ½ bolli jurtaolía
- 1 matskeið dökk púðursykur
- 2 tsk kínverskt fimm kryddduft
- 2 matskeiðar Shaoxing hrísgrjónavín

Leiðbeiningar :

a) Settu hörpuskelina í stóra glerskál og hyldu með sjóðandi vatni með tommu. Leggið í bleyti í 10 mínútur, eða þar til hörpuskelin eru mjúk. Tæmið allt nema 2 matskeiðar af vatni og hyljið með plastfilmu. Örbylgjuofn í 3 mínútur. Setjið til hliðar til að kólna aðeins. Notaðu fingurna til að brjóta hörpuskelina upp í smærri rifa, nudda þeim saman til að losa hörpuskelina. Færið í matvinnsluvél og púlsið 10 til 15 sinnum, eða þar til hörpuskelin er fínt rifin. Færið í skál og setjið til hliðar.

b) Í matvinnsluvélinni skaltu sameina þurrkað chili, ferskt chili, skalottlaukur og hvítlauk. Púlsaðu nokkrum sinnum þar til blandan myndar deig og lítur út fyrir að vera fínhakkað. Þú gætir þurft að skafa niður hliðarnar þegar þú ferð til að halda öllu einsleitu í stærð. Færið blönduna yfir í hörpudisksskálina og setjið til hliðar.

c) Bætið rækjunum og beikoninu í matvinnsluvélina og púlsið nokkrum sinnum til að saxa það fínt.

d) Hitið wok yfir meðalháan hita. Hellið olíunni út í og hrærið til að hjúpa pönnuna. Bætið rækjunum og beikoninu út í og eldið í 1 til 2 mínútur, þar til beikonið brúnast og verður mjög stökkt. Bætið púðursykrinum og fimm kryddduftinu út í og eldið í 1 mínútu í viðbót, þar til púðursykurinn karamellistar.

e) Bætið hörpuskelinni og chili-hvítlauksblöndunni út í og eldið í 1 til 2 mínútur í viðbót, eða þar til hvítlaukurinn byrjar að karamellisera. Hellið hrísgrjónavíninu varlega niður á hliðar woksins og eldið í 2 til 3 mínútur í viðbót, þar til það er gufað upp. Verið varkár - á þessum tímapunkti gæti olían sprungið úr víninu.

f) Færið sósuna yfir í skál og kælið. Þegar sósan hefur verið kæld er hún skipt í smærri krukkur og lokið yfir. XO sósan geymist í kæli í allt að 1 mánuð.

92. Steikt chili olía

Hráefni

- ¼ bolli Sichuan chili flögur
- 2 matskeiðar hvít sesamfræ
- 1 stjörnu anísbelgur
- 1 kanilstöng
- 1 tsk kosher salt
- 1 bolli jurtaolía

Leiðbeiningar :

a) Í hitaþolinni skál úr gleri eða ryðfríu stáli blandið saman chili flögum, sesamfræjum, anís, kanilstöng og salti og hrærið. Setja til hliðar.

b) Hellið olíunni í wok og hitið við meðalháan hita þar til kanilstöngin snarkar strax þegar honum er dýft í olíuna. Þegar olían er orðin heit skaltu taka wokið af hellunni og hella heitri olíu varlega yfir kryddin. Blandan ætti að krauma um leið og þú hellir á og kúla upp. Hellið olíunni rólega svo hún komi ekki yfir.

c) Leyfið blöndunni að kólna alveg, um 20 mínútur. Hrærið, flytjið í loftþétta krukku og geymið í kæli í allt að 4 vikur.

93. Plómusósa

Hráefni

- 4 bollar gróft saxaðar plómur (um 1½ pund)
- ½ lítill gulur laukur, saxaður
- ½ tommu fersk engifersneið, afhýdd
- 1 hvítlauksgeiri, afhýddur og mulinn
- ½ bolli vatn
- ⅓ bolli ljós púðursykur
- ¼ bolli eplaedik
- ½ tsk kínverskt fimm kryddduft
- Kosher salt

Leiðbeiningar :

a) Í wok, láttu plómur, lauk, engifer, hvítlauk og vatn sjóða við meðalháan hita. Lokið, lækkið hitann í miðlungs og látið malla, hrærið af og til, þar til plómurnar og laukurinn eru mjúkar, um það bil 20 mínútur.

b) Færið blönduna yfir í blandara eða matvinnsluvél og blandið þar til hún er slétt. Setjið aftur í wokið og hrærið sykri, ediki, fimm krydddufti og klípu af salti saman við.

c) Snúðu aftur í meðalháan hita og láttu suðuna koma upp, hrærið oft. Lækkið hitann í lágan og látið malla þar til blandan nær þéttleika eins og eplamósa, um 30 mínútur.

94. Hakka kryddpopp

Hráefni

- Kryddblanda
- 2 matskeiðar jurtaolía
- ½ bolli poppkornskjarna
- Kosher salt

Leiðbeiningar :

a) Í lítilli sauté pönnu eða pönnu skaltu sameina kryddin þín; stjörnuanísfræ, kardimommufræ, negull, piparkorn, kóríanderfræ og fennelfræ. Ristið kryddin í 5 til 6 mínútur.

b) Takið pönnuna af hellunni og flytjið kryddin yfir í mortéli og stafla eða kryddkvörn. Myldu kryddin í fínt duft og færðu í litla skál.

c) Bætið möluðum kanil, engifer, túrmerik og cayenne pipar út í og hrærið saman. Setja til hliðar.

d) Hitið wok yfir miðlungs-háan hita þar til það er rétt að byrja að reykja. Hellið jurtaolíu og ghee út í og hrærið til að húða wokið. Bætið 2 poppkornskjörnum í wokið og lokið. Þegar þeir poppa, bætið restinni af kjarnanum út í og hyljið. Hristið stöðugt þar til það hættir að springa.

e) Flyttu poppið í stóran pappírspoka. Bætið við 2 örlátum klípum af kosher salti og 1½ matskeiðum af kryddblöndunni. Foldaðu pokanum saman og hristu!

95. Te-bleytt egg

Hráefni

- 2 bollar vatn
- ¾ bolli dökk sojasósa
- 6 skrældar ferskar engifersneiðar, hver um sig á stærð við fjórðung
- 2 heilar stjörnuanísar
- 2 kanilstangir
- 6 heil negul
- 1 tsk fennel fræ
- 1 tsk Sichuan piparkorn eða svört piparkorn
- 1 tsk sykur
- 5 kaffilausir svartir tepokar
- 8 stór egg, við stofuhita

Leiðbeiningar :

a) Látið suðuna koma upp í potti. Bætið dökku soja, engifer, anís, kanilstöngum, negull, fennelfræjum, piparkornum og sykri út í. Lokið pottinum og lækkið hitann niður í suðu; elda í 20 mínútur. Slökkvið á hitanum og bætið tepokanum út í. Setjið teið í 10 mínútur. Sigtið teið í gegnum fínmöskju sigti í stóran hitaþolinn mælibolla og látið kólna á meðan eggin eru soðin.

b) Fylltu stóra skál með ís og vatni til að búa til ísbað fyrir eggin og settu til hliðar. Í wok skaltu koma með nóg vatn til að hylja eggin um það bil tommu að suðu. Látið eggin varlega ofan í vatnið, lækkið hitann í suðu og eldið í 9 mínútur. Fjarlægðu eggin með sleif og færðu yfir í ísbaðið þar til þau eru köld.

c) Fjarlægðu eggin úr ísbaðinu. Bankaðu á eggin með bakinu á skeið til að sprunga skeljarnar svo marineringin geti seytlað inn á milli sprunganna, en nógu varlega til að skurnin sé eftir. Skeljarnar ættu á endanum að líta út eins og mósaík. Settu eggin í stóra krukku (að minnsta kosti 32 aura) og hyldu þau með marineringunni. Geymið þau í kæli í að minnsta kosti 24 klukkustundir eða allt að viku.

Fjarlægðu eggin úr marineringunni þegar þau eru tilbúin til framreiðslu.

96. Gufusoðnar kálbollur

Hráefni

- ¾ bolli nýmjólk, við stofuhita
- 1 matskeið sykur
- 1 tsk virkt þurrger
- 2 bollar alhliða hveiti
- 1 tsk lyftiduft
- ¾ teskeið kosher salt, skipt
- 2 matskeiðar sesamolía, skipt
- 2 tsk kínverskt fimm kryddduft, skipt
- 6 laukar, þunnar sneiðar

Leiðbeiningar :

a) Hrærið saman mjólk, sykri og ger. Setjið til hliðar í 5 mínútur til að virkja gerið.

b) Hrærið hveiti, lyftidufti og salti saman í stóra blöndunarskál. Hellið mjólkurblöndunni út í. Sameina, þar til mjúkt, teygjanlegt deig myndast, eða 6 til 8 mínútur með höndunum. Setjið í skál og hyljið með handklæði til að hvíla í 10 mínútur.

c) Með kökukefli, rúllaðu einu stykki út í rétthyrning, 15 x 18 tommur. Penslið 1 matskeið af sesamolíu yfir deigið. Kryddið með fimm krydddufti og salti. Stráið helmingnum af rauðlauknum yfir og þrýstið varlega ofan í deigið.

d) Rúllaðu deiginu upp frá langa brúninni eins og þú myndir gera með kanilsnúða. Skerið rúllaða stokkinn í 8 jafna bita. Til að móta bolluna, taktu 2 stykki og stafaðu þeim hvert ofan á annað á hliðum þeirra, þannig að afskornar hliðar snúi út.

e) Notaðu matpinna til að þrýsta niður í miðju stafla; þetta mun ýta fyllingunni aðeins út. Fjarlægðu matarpinninn. Notaðu fingurna, dragðu tvo enda deigsins aðeins út til að teygja, og spólaðu síðan endana undir miðjuna og klíptu endana saman.

f) Settu bolluna á 3 tommu ferning af smjörpappír og settu í gufukörfu til að sanna. Endurtaktu mótunarferlið með afganginum af deiginu og vertu viss um að það sé að minnsta kosti 2 tommur bil á milli bollanna. Þú getur notað aðra gufukörfu ef þú þarft meira pláss. Þú ættir að hafa 8 snúnar bollur. Hyljið körfurnar með plastfilmu og látið hefast í 1 klukkustund, eða þar til þær hafa tvöfaldast að stærð.

g) Hellið um 2 tommum af vatni í wokið og setjið gufukörfurnar í wokið. Vatnsborðið ætti að vera $\frac{1}{4}$ til $\frac{1}{2}$ tommu fyrir ofan neðri brún gufuskipsins en ekki svo hátt að það snerti botn körfunnar. Hyljið körfurnar með loki á gufukörfu og látið sjóða við meðalháan hita.

h) Lækkið hitann í miðlungs og látið gufa í 15 mínútur, bætið meira vatni í wokið ef þarf. Slökktu á hitanum og haltu körfunum lokað í 5 mínútur í viðbót. Færið bollurnar á fat og berið fram.

97. Gufusoðin möndlusvampkaka

Hráefni

- Nonstick eldunarsprey
- 1 bolli kökuhveiti, sigtað
- 1 tsk lyftiduft
- ¼ teskeið kosher salt
- 5 stór egg, aðskilin
- ¾ bolli sykur, skipt
- 1 tsk möndluþykkni
- ½ tsk rjómi af tartar

Leiðbeiningar :

a) Klæðið 8 tommu kökuform með smjörpappír. Spreyið smjörpappírinn létt með nonstick eldunarúða og setjið til hliðar.

b) Sigtið kökumjölið, lyftiduftið og saltið saman í skál.

c) Þeytið eggjarauður með $\frac{1}{2}$ bolla af sykri og möndluþykkni í um það bil 3 mínútur í hrærivél eða handþeytara á miðlungs hátt þar til þær eru ljósar og þykkar. Bætið hveitiblöndunni saman við og blandið þar til það er bara blandað saman. Setja til hliðar.

d) Þeytið þeytarann og þeytið eggjahvíturnar í annarri hreinni skál með tartarkreminu þar til þær eru froðukenndar. Á meðan hrærivélin er í gangi skaltu halda áfram að þeyta hvíturnar á meðan þú bætir smám saman við $\frac{1}{4}$ bolla af sykri sem eftir er. Þeytið í 4 til 5 mínútur þar til hvíturnar verða glansandi og fá stífa toppa.

e) Brjótið eggjahvíturnar saman við kökudeigið og blandið varlega saman þar til eggjahvíturnar hafa blandast saman við. Flyttu deigið yfir á tilbúna kökuformið.

f) Skolaðu bambusgufukörfu og lok hennar undir köldu vatni og settu það í wokið. Hellið 2 tommu af vatni út í, eða þar til það kemur $\frac{1}{4}$ til $\frac{1}{2}$ tommu fyrir ofan neðri brún gufuskipsins, en ekki svo mikið að það snerti botn körfunnar. Settu miðjupönnu í gufukörfuna.

g) Látið suðuna koma upp í vatni við háan hita. Settu lokið á gufukörfuna og lækkaðu hitann í miðlungs. Látið kökuna gufa í 25 mínútur, eða þar til tannstöngull sem stungið er í miðjuna kemur hreinn út.

h) Færið kökuna yfir á vírkæligrind og kælið í 10 mínútur. Snúðu kökunni út á grind og fjarlægðu bökunarpappírinn. Hvolfið kökunni aftur á disk þannig að hún snúi réttu upp. Skerið í 8 báta og berið fram volga.

98.   Sugar Egg Puffs

Hráefni

- ½ bolli vatn
- 2 tsk ósaltað smjör
- ¼ bolli sykur, skipt
- Kosher salt
- ½ bolli óbleikt alhliða hveiti
- 3 bollar jurtaolía
- 2 stór egg, þeytt

Leiðbeiningar :

a) Hitið vatnið, smjörið, 2 tsk af sykri og klípa af salti í litlum potti yfir meðalháan hita. Látið suðuna koma upp og hrærið hveitinu saman við. Haltu áfram að hræra í hveitinu með tréskeið þar til blandan lítur út eins og kartöflumús og þunn deigfilma hefur myndast á botninum á pönnunni. Slökkvið á hitanum og setjið deigið yfir í stóra hrærivélaskál. Kældu deigið í um það bil 5 mínútur, hrærið af og til.

b) Á meðan deigið kólnar, hellið olíunni í wokið; olían ætti að vera um 1 til 1½ tommur djúp. Komdu olíunni í 375 °F yfir miðlungs háum hita. Þú getur séð að olían er tilbúin þegar þú dýfir endanum á tréskeið í og olían bólar og síast í kringum skeiðina.

c) Hellið þeyttum eggjum í deigið í tveimur lotum, hrærið eggjunum kröftuglega í deigið áður en næsta skammti er bætt út í. Þegar öll eggin hafa verið sett saman ætti deigið að líta satínríkt og glansandi út.

d) Notaðu 2 matskeiðar, ausaðu deigið með annarri og notaðu hina til að stinga deiginu varlega af skeiðinni í heitu olíuna. Látið pústurnar steikjast í 8 til 10 mínútur, snúið þeim oft, þar til pússurnar bólgnast upp í 3 sinnum upprunalega stærð og verða gullinbrúnar og stökkar.

e) Notaðu wok skimmer, flyttu pústirnar yfir á pappírsklædda plötu og kældu í 2 til 3 mínútur. Setjið afganginn af sykrinum í skál og blandið pústunum í hana. Berið fram heitt.

99. Chrysanthemum og Peach Tong Sui

Hráefni

- 3 bollar vatn
- ¾ bolli kornsykur
- ¼ bolli ljós púðursykur
- 2 tommu ferskt engiferstykki, skrælt og mölvað
- 1 matskeið þurrkaðir chrysanthemum buds
- 2 stórar gular ferskjur, skrældar, skornar í gryfju og skornar í 8 báta hvor

Leiðbeiningar :

a) Látið suðuna koma upp í wok við háan hita, lækkið síðan hitann í miðlungs-lágan og bætið við kornsykri, púðursykri, engifer og chrysanthemum buds. Hrærið varlega til að leysa sykurinn upp. Bætið ferskjunum út í.

b) Látið malla varlega í 10 til 15 mínútur, eða þar til ferskjurnar eru mjúkar. Þeir geta gefið súpunni fallegan bjartan lit. Fargið engiferinu og skiptið súpunni og ferskjunum í skálar og berið fram.

NIÐURSTAÐA

Talið er að wokið hafi fyrst verið fundið upp í Kína, fyrir meira en 2000 árum á tímum Han-ættarinnar. Komið af kantónska orðinu sem þýðir 'eldunarpott', fyrstu gerðir woksins voru gerðar úr steypujárnsmálmum, sem gerir þeim kleift að vera endingargóðari og endingargóðir.

Þessa dagana er wokið notað um allan heim fyrir alls kyns máltíðir. Meirihluti woks eru framleiddir úr kolefnisstáli, sem gerir þeim kleift að vera enn endingargóðir og ekki festast á meðan þeir eru léttir að taka upp.

Að sjálfsögðu byggir eldamennska á asískum mat að miklu leyti á wok, en það eru svo mörg önnur not fyrir wok. Wokið er eitt fjölhæfasta matreiðsluverkfæri í heimi og hægt að nota til eldunaraðferða eins og: Hrærið, gufusteikingu, pönnusteikingu, djúpsteikingu, suðu, brassað, brunað, reykt og steikt.

Hönnunin gerir það að verkum að hita dreifist jafnt um alla wokið, sem þýðir að öll hráefnin þín eldast og eru tilbúin á sama tíma. Ofan á þetta er það gríðarlegur ávinningur að þú getur notað mjög litla mataroliu með wok og haft bragðgóðan mat sem festist ekki. Stundum gætir þú þurft aukabúnað til að fara með wokinu þínu, eins og woklok til að gufa/suðu eða jafnvel wokhring sem tryggir að wokið þitt renni ekki til við matreiðslu.

www.ingramcontent.com/pod-product-compliance
Lightning Source LLC
Chambersburg PA
CBHW070458120526
44590CB00013B/677